AF758769

ഗ്രീൻ ബുക്സ്

മൃത്യുസൂത്രം

എസ്. മഹാദേവൻ തമ്പി

പത്രപ്രവർത്തകൻ, കഥാകൃത്ത്, നോവലിസ്റ്റ്
എന്നീ നിലകളിൽ ശ്രദ്ധേയൻ.
ആലപ്പുഴ ജില്ലയിലെ മുതുകുളത്ത് ജനനം.
നാട്ടിലെ പ്രാഥമിക വിദ്യാഭ്യാസത്തിനു ശേഷം
ഡൽഹി യൂണിവേഴ്സിറ്റിയിൽ ധനതത്ത്വശാസ്ത്രവും
ജേണലിസവും പഠിച്ചു. പത്രപ്രവർത്തകനായി തുടക്കം.
പിന്നീട് സർക്കാർ സർവീസിൽ ചേർന്നു.
കേരള സർക്കാരിന്റെ ഇൻഫർമേഷൻ പബ്ലിക് റിലേഷൻസ്
വകുപ്പിൽ അഡീഷണൽ ഡയറക്ടറായിരുന്നു.
ഇപ്പോൾ മീഡിയ കൺസൾട്ടന്റ്. നോവലുകളും
കഥാസമാഹാരങ്ങളുമായി പതിനൊന്ന് കൃതികൾ.
തമിഴ്, കന്നഡ, ഹിന്ദി, സംസ്കൃതം, ഇംഗ്ലീഷ്
ഭാഷകളിലേക്ക് കൃതികൾ വിവർത്തനം ചെയ്യപ്പെട്ടിട്ടുണ്ട്.
സംസ്ഥാന സർക്കാരിന്റെ എസ്.ഐ.സി.എൽ അവാർഡ്,
പ്രശസ്തമായ ഉറൂബ് അവാർഡ് എന്നിങ്ങനെ നിരവധി
സാഹിത്യ പുരസ്കാരങ്ങൾ നേടിയിട്ടുണ്ട്.

ഗ്രീൻ ബുക്സ് പ്രസിദ്ധീകരിച്ച
ഗ്രന്ഥകർത്താവിന്റെ ഇതര കൃതികൾ

(നോവൽ)
അലകളില്ലാത്ത കടൽ
ജലപർവ്വം
ആസാദി
ഹിമമേഘലങ്ങൾ

(കഥ)
അപരാഹ്നത്തിൽ
അവസാനിക്കുന്ന ഒരു ദിവസം
ആകാശങ്ങളുടെ അവകാശികൾ
അധിനിവേശം
അതിരുകൾ
കണ്ടൽക്കാട്

(Translations)
Purge (അലകളില്ലാത്ത കടൽ)
Azadi (ആസാദി)

നോവൽ

മൃത്യുസൂത്രം

എസ്. മഹാദേവൻ തമ്പി

ഗ്രീൻബുക്സ്

green books private limited
gb building, civil lane road, ayyanthole,
thrissur- 680 003, kerala, ph: +91 487-2381066, 2381039
website: www.greenbooksindia.com
e-mail: info@greenbooksindia.com

branches:
thrissur 8589095302
thiruvananthapuram 8589095301
calicut 8589095307

malayalam
mruthewsoothram
novel
by
s mahadevan thampi

published april 2024
copyright reserved

cover design : bhattathiri

printed in india
manipal technologies ltd

isbn : 978-81-19486-81-6

---

no part of this publication may be reproduced,
or transmitted in any form or by any means,
without prior written permission of the publisher.

₹ 150.00
GBPL/1354/2024

"There are more things in
heaven and earth, Horatio.
Than are dreamt of in
your philosophy."

Shakespeare, Hamlet

"നമസ്കാരം ഭൂതധാത്രീ
തായേ പോയിവരട്ടെയോ
ഭൂഗോളമുറി തൻ താക്കോൽ
തിരിച്ചേൽപ്പിച്ചിടുന്നു ഞാൻ."

മഹാകവി പി.

ഒന്ന്

സൂര്യനിൽനിന്നും പൊട്ടിത്തെറിച്ച ഒരു ചുവന്ന ബിന്ദു. ആദ്യം ജ്വലിക്കുകയായിരുന്നു. പിന്നെ ഉരുകിയുറച്ചു. അസഹ്യമായ ധർമ്മ സങ്കടങ്ങളാൽ മറ്റനേകം ബിന്ദുക്കളും ഇതേപോലെ സൂര്യനെ വിട്ട് ഓടിപ്പോയിരുന്നു. എങ്ങനെ സഹിക്കും ഈ സ്വയം ജ്വലനം! കാലങ്ങളില്ലാത്ത ശൂന്യതയിലൂടെ അപ്പുറത്തേക്ക് - അപ്പുറത്തിനു മപ്പുറത്തേക്ക് ഒഴിഞ്ഞോടിപ്പോയ അവയൊന്നിനേയും സൂര്യൻ വിട്ടില്ല. ഒരു താളക്രമത്തിൽ തളച്ചിട്ടു. ഓടിപ്പോകാൻ നോക്കിയോ? അതിനുതക്ക ശിക്ഷവേണം. സൂര്യകോപം - എന്റെ കതിർക്കാലു കളും താങ്ങി എനിക്കു ചുറ്റും പ്രദക്ഷിണം വയ്ക്കൂ. ഒടുങ്ങാത്ത പ്രദിക്ഷണം. ശയനപ്രദിക്ഷിണം.

''സൂര്യാ, എന്തൊരു ശിക്ഷയാണിത്?

എന്നു തുടങ്ങിയ ശിക്ഷയാണിത്?''

ആര്യഗുരു ഭൂമിയെ നോക്കി.

''ശൂരാ ബാഹുഷു ലോകോയം

ലംബതേ പുത്ര വത്സദഃ''

ശൂരന്റെ കൈത്തണ്ടമേൽ ഒരു കൊച്ചുമകനെപ്പോലെ ഈ ഭൂമി പിടിച്ചുതൂങ്ങുന്നു.

പാവം.

''വസുന്ധരേ, ഇതോ നിന്റെ ഗതി?

വസുന്ധരേ, ഇതോ നിന്റെ വിധി?''

ഋതുഭേദങ്ങളുടെ ഇതളുകൾ കൊഴിയുന്നതും കാത്ത് കാല ത്തിന്റെ ഈ കനത്ത മരവിപ്പിലും നീ സ്വയം ചുറ്റിത്തിരിയുകയും ഒപ്പം തൂങ്ങി ഓടുകയുമാണോ? ഒരിക്കൽ ഒരുനാൾ അലിവുതോന്നി സൂര്യൻ മോചിപ്പിക്കുമെന്ന വിചാരം നിനക്കുണ്ടോ?

''അക്രോധേന ജയാൽ ക്രോധ''

ക്രോധത്തെ ക്രോധമില്ലായ്മകൊണ്ടു ജയിക്കാമെന്നു നീ കരുതുന്നുണ്ടോ? എങ്കിൽ വസുന്ധരേ, നിനക്കുതെറ്റി. ഈ കതിർക്കാലുകളെല്ലാം കത്തിത്തീർന്നേ നിനക്കു മോചനമുള്ളൂ. ഈ യുഗത്തിൽ അത് അസംഭവ്യമാണുതാനും. രക്ഷപ്പെടണമെങ്കിൽ നീ ഈ ഭ്രമണ പഥം വിട്ടോടിപ്പോകണം. അതിനുള്ള ആത്മ-കായബലം നിനക്കുണ്ടോ?

വസുന്ധരേ, സ്വയം പീഢനത്തിന്റെ തിക്തത അസഹ്യമായപ്പോഴാവാം നീ, നിന്നിൽ കുരുത്ത മറ്റു ജീവജാലങ്ങളെയെല്ലാം ഒഴിവാക്കി മനുഷ്യരെമാത്രം ശപിച്ചിരിക്കുന്നു. നിതാന്തമായ ദുഃഖങ്ങളും ദുരിതങ്ങളും നീ അവർക്ക് അനിവാര്യമാക്കിയിരിക്കുന്നു. അവരെ നീ തടവുകാരാക്കിയിരിക്കുന്നു.

വസുന്ധരേ, പരപീഢനത്തിനുള്ള ത്വര നിന്നിൽ നിറയുന്നതു ഞാൻ കാണുന്നു. നിന്നെ സംബന്ധിച്ചിടത്തോളം കോപതാപങ്ങളുടേയും നൈരാശ്യത്തിന്റേയും പാരമ്യമാണ് സമൃദ്ധമായ നിന്റെ കേശഭാരം മൂർദ്ധാവിലേക്ക് ചുറ്റിവരിഞ്ഞ് ഉച്ചിക്കെട്ടാക്കുന്ന ശീലമെന്ന് എനിക്കറിയാം. ഋതുപകർച്ചയുടെ ശേഷിപ്പുപോലും മനുഷ്യന് നിഷിദ്ധമാകട്ടെ എന്ന ദുർവ്വിചാരത്തോടെ, അഴിഞ്ഞുലഞ്ഞ് കാർമേഘങ്ങളായിക്കിടന്ന മുടിയിഴകളാകെ അലക്ഷ്യമായി നീ വാരിച്ചുറ്റി അഴിയാക്കെട്ടാക്കിയിരിക്കുന്നതും ഞാൻ കാണുന്നു.

കാടും മലയും കടലും കരയും ഉൾച്ചേർന്ന് ഭൂഖണ്ഡങ്ങളും ദ്വീപുകളും ഉപദ്വീപുകളുമായിക്കിടന്ന ഭൂമിയെ ചെറുതും വലുതുമായ നിരവധിരാജ്യങ്ങളായി വേർതിരിച്ച്, വേലികെട്ടി വീതിച്ചെടുത്തിട്ടും കൊതി തീരാഞ്ഞ് വീണ്ടും വീണ്ടും അതിരുമാന്തുന്ന ദുരമൂത്തവരോട് നിനക്ക് അറപ്പും വെറുപ്പും തോന്നാം. അതാവാം, മനുഷ്യരോടുള്ള നിന്റെ ക്ഷോഭത്തിന്റെ ഹേതു.

നിന്റെ ഉടലായ മണ്ണാകെ മാന്തിയും തുരന്നും നിന്റെ ഉള്ളായ കടലാഴങ്ങളെല്ലാം കുഴിച്ച് നിന്റെ മജ്ജയും മാംസവും രക്തവുമായ ധാതുക്കളും എണ്ണയുമൂറ്റിയും നിന്റെ സ്വകാര്യ നിമ്നോന്നതങ്ങളായ മലകളും കുന്നുകളും ഇടിച്ചുനിരത്തിയും നിന്നിലെ നനുനനുത്ത രോമരാജികളായ പുൽമേടുകൾപോലും ദയാഹീനം കത്തിച്ചും നിന്റെ മനസ്സലിഞ്ഞൂറിയിറങ്ങിയ ഉറവകൾ വറ്റിച്ചും നിന്റെ സന്തുലനമെല്ലാം താളംതെറ്റിച്ചവരോട് നിനക്ക് പകയും വിദ്വേഷവും ഉണ്ടാവാം. അതുമാവാം, മനുഷ്യരോടുള്ള നിന്റെ പ്രതികാരത്തിന് കാരണം.

കട്ടും കവർന്നും കാടകങ്ങളിലേക്കും കടന്ന മനുഷ്യരെ ഭയന്ന് വെള്ളവും തീറ്റയും തേടി നാട്ടിലിറങ്ങേണ്ടിവന്ന മൃഗജാലങ്ങളെ

തോട്ടവച്ച് വായ പിളർത്തിയും കമ്പിവേലിയിൽ വൈദ്യുതി പായിച്ച് മൃതപ്രായരാക്കിയും തോക്കുകൊണ്ട് തല തകർത്തും കൊന്നൊടുക്കിയതിലുള്ള രോഷവും മൃതിപൂണ്ട മൃഗജാലങ്ങളോടുള്ള സഹതാപവും നിന്നെ പ്രകോപിതയാക്കിയിട്ടുണ്ടാവാം. അതും മനുഷ്യരോടുള്ള നിന്റെ വെറുപ്പിന് കാരണമാവാം.

പക്ഷേ വസുധേ, ഞാനൊന്നു തീരുമാനിച്ചിട്ടുണ്ട്. ഈ ഭൂമിയിലെ സർവ്വ മനുഷ്യരേയും അവരുടെ സകലദുഃഖങ്ങളിൽനിന്നും ദുരിതങ്ങളിൽനിന്നും മോചിപ്പിക്കാൻ. ഞാനതു ചെയ്യും. ഞാനീ മനുഷ്യരെയെല്ലാം രക്ഷപ്പെടുത്തും. അതിനുള്ള സമയമായി.

എന്റെ യാത്ര തുടങ്ങുകയാണ്...

രണ്ട്

കാവിക്കുന്നിനു ചുവട്ടിൽ അന്യനെപ്പോലെ ആര്യഗുരു നിന്നു. ജടയും നീണ്ട താടിയും കാറ്റേറ്റ് ഇളകിക്കൊണ്ടിരുന്നു. ആ കണ്ണുകൾ അഭൗമമായി തിളങ്ങി.

ഭൂമിയെ കാവിക്കുന്ന് എന്ന പ്രതീക സംജ്ഞയായി വിശേഷിപ്പിച്ച് ആരോ അടയാളപ്പെടുത്തിയിരിക്കുന്നു എന്ന വസ്തുത ആര്യഗുരുവിന് അതിവേഗം മനസ്സിലായി. ഓരോ പ്രദേശത്തും ഭൂമി ഓരോ കാവിക്കുന്നാണ്. അങ്ങനെ അനേകം കാവിക്കുന്നുകൾ. എന്നാൽ എല്ലാം ഏകമയം. ഓരോ കുന്നിലും അനുഷ്ഠാനങ്ങളായി എന്നും എപ്പോഴും ഒരേ കർമ്മങ്ങൾതന്നെ ക്രമീകരിച്ചിരിക്കുന്നു. അവ അഭംഗുരം അരങ്ങേറുകയാണ്.

നേരിട്ടു കണ്ടപ്പോൾ ആര്യഗുരുവിന് എല്ലാം ബോധ്യമായി.

കാവിക്കുന്നിനു മുകളിലേക്ക് തലച്ചുമടായി ഏറെ ക്ലേശപ്പെട്ട് മണ്ണ് ചുമക്കുകയായിരുന്ന മേഘരൂപനാണ് ആദ്യമായി ആര്യഗുരുവിനെ കണ്ടത്. ദിവ്യനായ ഒരു സന്ന്യാസി കാവിക്കുന്നിലേക്കു നോക്കിനിൽക്കുന്നു.

എന്തൊരു തേജസ്സാണ് ആ മുഖത്ത്! എന്തൊരാജ്ഞാശക്തിയാണ് ആ കണ്ണുകളിൽ!

സന്ന്യാസിക്കുചുറ്റും അഭൗമമായൊരു പ്രകാശവലയമുണ്ടെന്നുപോലും മേഘരൂപനു തോന്നി.

അത്ഭുതാദരങ്ങളാൽ മിഴിച്ചുനിൽക്കെ, തലച്ചുമടിന്റെ സന്തുലനം തെറ്റി മേഘരൂപൻ ഒന്നുലഞ്ഞതും ചവിട്ടിക്കയറിയ പാറക്കല്ലുകളിലൊന്നിളകി താഴേക്ക് ഊർന്നുപോയതും ഒരുമിച്ചായിരുന്നു. കല്ല് താഴേക്കു താഴേക്ക് ഉരുണ്ടു വന്നു. ആര്യഗുരുവിന്റെ പാദത്തോളം! തൊട്ടുപിന്നാലെ മേഘരൂപനും ഓടിവന്നു. കല്ല് സന്ന്യാസിയുടെ ദേഹത്തുമുട്ടുംമുമ്പു പിടിക്കണം. പക്ഷേ ഒരാജ്ഞ കേട്ടെന്നപോലെ കല്ല് ഉരുളൽ അവസാനിപ്പിച്ച് സന്ന്യാസിയുടെ മുന്നിൽ പെട്ടെന്ന് നിന്നു.

പിന്നാലെ പാഞ്ഞുവന്ന മേഘരൂപൻ കനത്ത ആ കല്ലിൻമേൽ കാലുയർത്തിവച്ച് സന്ന്യാസിയെ സൂക്ഷിച്ചുനോക്കി. കല്ലുകളെപ്പോലും ആജ്ഞാനുവർത്തികളാക്കാനുള്ള സിദ്ധിയോ?

എത്രനേരം അങ്ങനെ നോക്കിനിന്നുവെന്ന് മേഘരൂപനറിയില്ല.

ബോധം തെളിയുമ്പോൾ അവൻ സന്ന്യാസിയുടെ പാദങ്ങളിൽ നെറ്റിമുട്ടിച്ചുകിടക്കുകയായിരുന്നു. മരുഭൂമിയിലൂടെ ബഹുദൂരം നടന്നലഞ്ഞുവരുമ്പോൾ ആദ്യംകണ്ട തണലിലെന്നപോലെ അവൻ ആര്യഗുരുവിന്റെ നിഴലിലേക്കൊതുങ്ങിക്കൂടി. അപ്പോഴേക്കും സ്നേഹമസൃണമായ രണ്ടു കരങ്ങൾ അവനെ തഴുകിമൊഴിഞ്ഞു:

''എഴുന്നേൽക്കൂ മകനേ.''

പ്രപഞ്ചത്തിലെ ഏറ്റവും മധുരമായ സംഗീതം ശ്രവിച്ചാലെന്നപോലെ അവൻ നിർവൃതികൊണ്ടു. ഇന്ദ്രിയങ്ങൾക്കു സംക്രമിപ്പിക്കാൻ കഴിയുന്നതിനേക്കാൾ മേന്മയേറിയൊരാനന്ദമാണ് താനനുഭവിക്കുന്നതെന്നറിഞ്ഞപ്പോൾ അങ്ങനെ കിടന്നുകൊണ്ടുതന്നെ അവൻ ഗുരുവിനെ നോക്കി. ഒന്നേ നോക്കിയുള്ളൂ. കണ്ണുകൾ ആ മുഖത്ത് ഉറപ്പിക്കാൻ കഴിയുന്നില്ല. കത്തിപ്പോകുന്ന ജ്വലനമാണ് അവിടെ.

അവൻ അറിയാതെ വിളിച്ചുപോയി: ''ഗുരോ...''

അപ്പോഴും മേഘരൂപനെ തഴുകുകയായിരുന്ന ഗുരു പറഞ്ഞു:

''എഴുന്നേൽക്കൂ മകനേ.''

ഒരു സ്വപ്നത്തിലെന്നപോലെ മേഘരൂപൻ എഴുന്നേറ്റു. സ്വതേ കുനിഞ്ഞ അവന്റെ ശിരസ്സ് പൂർവ്വാധികം കുനിഞ്ഞു.

ആര്യഗുരുവിന്റെ കണ്ണുകളിലേക്കുനോക്കി മേഘരൂപൻ ചോദിച്ചു:

''ഗുരോ അവിടുന്ന് ആരാണ്?''

ഗുരു ഒന്നു ചിരിച്ചു, എന്നിട്ട് മെല്ലെ പറഞ്ഞു:

''ഞാൻ എല്ലാമാണ്.''

മേഘരൂപൻ ഒന്നും മനസ്സിലാകാതെ ഗുരുവിന്റെ മുഖത്തേക്ക് ജിജ്ഞാസയോടെ നോക്കി. അതു ശ്രദ്ധിച്ച് ഗുരു ചോദിച്ചു:

''മനസ്സിലായില്ല അല്ലേ?''

മേഘരൂപന്റെ മറുപടിക്കു കാക്കാതെ ചെറുചിരിയോടെ അദ്ദേഹം തുടർന്നു:

''ഞാനാരുമല്ല.''

അതു കേട്ടതോടെ മേഘരൂപൻ ആകെ ആശയക്കുഴപ്പത്തിലായി. അവൻ നിസ്സഹായതയോടെ അപേക്ഷിച്ചു:

''ഗുരോ... അവിടുന്ന് ആരാണെന്നു മനസ്സിലാക്കാൻ എനിക്ക് കഴിവില്ല. അതിനാൽ ആരാണെന്ന് അങ്ങ് തന്നെ പറയണം. അതു പോലെ ദുഃഖങ്ങളും ദുരിതങ്ങളും നിറഞ്ഞ ഇവിടേയ്ക്ക് വന്നത് എന്തിനാണെന്നു വ്യക്തമാക്കാനും അങ്ങേയ്ക്ക് ദയവുണ്ടാകണം.''

നിമിഷങ്ങളോളം എന്തോ ചിന്തയിലാണ്ട ഗുരു പെട്ടെന്ന് പറഞ്ഞു:

''ഞാൻ ആരാണെന്ന് വഴിയെ നിനക്കു മനസ്സിലായിക്കൊള്ളും.''

അദ്ദേഹം തുടർന്നു:

''നീ ഈ പറഞ്ഞ ദുഃഖങ്ങളും ദുരിതങ്ങളും അവസാനിപ്പിക്കാനാണ് ഞാൻ വന്നത്. ഇവിടുത്തെ സർവ്വമനുഷ്യരെയും ഞാൻ അവരുടെ സകലദുഃഖങ്ങളിൽനിന്നും ദുരിതങ്ങളിൽനിന്നും രക്ഷപ്പെടുത്താൻ പോകുന്നു.''

അതു കേട്ടതോടെ വിഭ്രാമകമായ ഒരു വിസ്മയത്തിൽ മേഘരൂപൻ അങ്ങനെ നിന്നുപോയി. ഇവിടുത്തെ മനുഷ്യരുടെ എല്ലാ ദുഃഖങ്ങളും ദുരിതങ്ങളും അവസാനിപ്പിക്കുകയോ, സർവ്വമനുഷ്യരും രക്ഷപ്പെടുകയോ?

മേഘരൂപന് സങ്കല്പിക്കാവുന്നതിനുമപ്പുറമായിരുന്നു ഗുരുവിന്റെ വാക്കുകൾ.

ദുഃഖങ്ങളും ദുരിതങ്ങളും അവസാനിപ്പിച്ച് കാവിക്കുന്നുകാർക്ക് രക്ഷപ്പെടാൻ ഒരൊറ്റ മാർഗമേയുള്ളൂ. അത് സ്വർഗപ്രവേശമാണെന്നും അതിന് അതികഠിനമായ അനുഷ്ഠാനങ്ങൾ അനുവർത്തിക്കേണ്ടതുണ്ടെന്നും മേഘരൂപന് അറിയാമായിരുന്നു. തലമുറകളായി കൃത്യതയോടെ അതു നിർവഹിച്ചുപോന്നിട്ടും ഫലമുണ്ടാകുന്നില്ല എന്ന നൈരാശ്യചിന്ത ആകെ തളർത്തിയ മേഘരൂപനെ ഭ്രമിപ്പിക്കുന്നതായിരുന്നു ആര്യഗുരുവിന്റെ വാഗ്ദാനം.

അവനു പ്രതികരിക്കാതിരിക്കാൻ കഴിഞ്ഞില്ല:

''ഗുരോ, ഞാനെന്താണീ കേൾക്കുന്നത്. ഇന്ദ്രിയങ്ങളെല്ലാംകൂടി എന്നെ വഞ്ചിക്കുകയാണോ അതോ... അതോ... ക്ഷമിച്ചാലും; അങ്ങു സത്യം പറയുകയാണോ?''

അപ്പോഴും ഗുരു ചിരിക്കുകയായിരുന്നു.

''ഒരു സന്ന്യാസിക്ക് സത്യമല്ലാതെ അതിലും നിസ്സാരമായി മറ്റെന്തു പറയാൻ കഴിയും.''

മറുപടിയില്ലാതെ നിന്നു വിങ്ങിയ മേഘരൂപൻ വീണ്ടും ആര്യഗുരുവിന്റെ പാദങ്ങളിൽ നെറ്റിമുട്ടിച്ചു. ഒരു പ്രാർത്ഥനയുടെ ആർദ്രപദങ്ങൾപോലെ അവൻ ഉരുവിട്ടുകൊണ്ടിരുന്നു:

''രക്ഷിച്ചാലും ഗുരോ. കൈകാലുകളിലെ ചങ്ങലകളഴിച്ചു ഞങ്ങളെ മോചിപ്പിച്ചാലും.''

മേഘരൂപന്റെ പ്രാർത്ഥന ആര്യഗുരുവിനെ ആഴത്തിൽ സ്പർശിച്ചു. അദ്ദേഹം അവനെ എഴുന്നേല്പിച്ചു. സ്നേഹം വഴിയുന്ന സ്വരത്തിൽ തിരക്കി:

''എവിടെ നിന്റെ മറ്റു മനുഷ്യർ?''

അപ്പോഴാണ് മേഘരൂപൻ യാഥാർത്ഥ്യത്തിലേക്ക് തിരിച്ചുവന്നത്. അവൻ ഗുരുവിനെ ക്ഷണിച്ചു.

''വന്നാലും. ഈ കുന്നിലും പിന്നെ കുന്നിൻചെരുവിലെ ഉദ്യാനത്തിലുമാണ് എന്റെ മനുഷ്യർ. അങ്ങുവന്നാലും.''

ഗുരുവിന് വഴികാട്ടിക്കൊണ്ട് നടക്കുമ്പോൾ എന്തോ ഓർത്തിട്ടെന്നപോലെ മേഘരൂപൻ ഒന്നുനിന്നു. നാലുപാടും ആരെയോ തിരയാൻ തുടങ്ങി. അതുകണ്ട് ഗുരു ചോദിച്ചു.

''ആരെയാണ് നീ തിരയുന്നത്?''

''സാത്യകനെ.''

മേഘരൂപൻ വിഷാദത്തോടെ പറഞ്ഞു.

''സാത്യകനോ?''

ആര്യഗുരു ജിജ്ഞാസത്തോടെ ചോദിച്ചു.

''അതെ. സാത്യകൻ. അവൻ എന്റെ പ്രിയസുഹൃത്താണ്. ഞങ്ങൾ ഒരുമിച്ച് മണ്ണുചുമക്കുകയായിരുന്നു. പെട്ടെന്നാണ് ഞാൻ ഗുരുവിനെ കണ്ടത്. പിന്നൊന്നും എനിക്കോർമ്മയില്ല. എവിടെപ്പോയോ എന്റെ സാത്യകൻ.''

അത്രയും പറഞ്ഞുനിർത്തിയിട്ടും ഇനിയും എന്തൊക്കെയോ കൂടി മേഘരൂപന് പറയാനുണ്ടെന്ന് ആര്യഗുരുവിന് തോന്നി. അദ്ദേഹം അവന്റെ തോളിൽത്തട്ടി ആശ്വസിപ്പിച്ചു.

''നീ വിഷമിക്കണ്ട, നടക്കൂ. അവൻ ഉദ്യാനത്തിലുണ്ടാവും.''

എന്നിട്ടും മേഘരൂപൻ നാലുപാടും നോക്കിക്കൊണ്ട് അതേ നില്പു നിന്നതേയുള്ളൂ.

വിഷാദം പൂണ്ടുനിന്ന മേഘരൂപന്റെ കാതിൽ ഒരാജ്ഞപോലെ ഗുരുവിന്റെ വാക്കുകൾ വീണ്ടും മുഴങ്ങി.

''നടക്കൂ.''

കുറ്റംചെയ്ത കുട്ടിയെപ്പോലെ അവൻ ഗുരുവിനൊപ്പം നടന്നുതുടങ്ങി.

മൂന്ന്

കുന്ന് കയറുമ്പോൾ ആര്യഗുരു ചുറ്റും നോക്കി. താങ്ങാവുന്നതിലേറെ മണ്ണുനിറച്ച കുട്ടകൾ തലയിലേറ്റി ആയാസപ്പെട്ട് ചെങ്കുത്തായ കയറ്റം കയറുന്ന മനുഷ്യർ. അതികഠിനമായ ആ അത്യദ്ധ്വാനം ഒരനുഷ്ഠാനംപോലെ അവർ നിർവഹിക്കുന്നതു കണ്ടപ്പോൾ ആര്യഗുരുവിന് ആശങ്കയും അത്ഭുതവും തോന്നി; ഒപ്പം ദുഃഖവും. ഈ മനുഷ്യർ എന്തിനിങ്ങനെ കഷ്ടപ്പെടുന്നു?

എത്ര ആലോചിച്ചിട്ടും ആര്യഗുരുവിന് അതു മനസ്സിലായില്ല. അദ്ദേഹം മേഘരൂപനോട് കാര്യം തിരക്കി.

മേഘരൂപൻ അനന്തതയിലേക്ക് ദൃഷ്ടിപായിച്ച് വിതുമ്പി.

''ഈ ഭൂമി മുഴുവൻ കാവിക്കുന്നുകളാണ്. എല്ലാ കുന്നുകളിലും ഒരേസമയം പതിനായിരത്തിപതിനൊന്നുപേർ വീതം എപ്പോഴും ഇങ്ങനെ ഈ അനുഷ്ഠാനത്തിൽ വ്യാപൃതരായിരിക്കും. താഴ്വരയിൽനിന്നുള്ള പശിമയാർന്ന പരമാവധി മണ്ണ് കുന്നിൻമുകളിൽ എത്തിക്കണമെന്നാണ് അനുശാസനം. അങ്ങനെയുള്ള മണ്ണ് സമൃദ്ധമായി ലഭിക്കുന്നത് താഴ്വാരത്തിൽ കുഴിക്കുന്ന കിണറുകളിൽ നിന്നാണ്. ഒരാൾ ഒരു കിണറേ കുഴിക്കാവൂ. വെള്ളംകാണുംവരെ കുഴിക്കാം. പക്ഷേ കാവിക്കുന്നിന്റെ താഴ്വരയിൽ ഇങ്ങനെ കുഴിച്ച ഒരു കിണറിലും ഇന്നുവരെ വെള്ളം കണ്ടിട്ടില്ല. അതിനാൽ ഒരിക്കൽ കുഴിക്കാൻ തുടങ്ങിയവർ ഇപ്പോഴും അതേ കിണർ കുഴിച്ചുകൊണ്ടേയിരിക്കുന്നു. അങ്ങനെ കുഴിച്ചുകിട്ടുന്ന മണ്ണ് കുന്നിൻമുകളിലേക്ക് കൊണ്ടുപോകാനായി ചുമന്നു മാറ്റുന്ന പ്രക്രിയ അഭംഗുരം തുടരുകയാണ്. അത്ഭുതമെന്നല്ലാതെ എന്തുപറയാൻ? എത്ര മാറ്റിയാലും ഞങ്ങളുടെ കിണറുകളിൽ മണ്ണ് ഒഴിയുന്നേയില്ല. ഞങ്ങളറിയാതെ ആരോ എപ്പോഴും ഞങ്ങളുടെ കിണറിനുള്ളിൽ വെള്ളത്തിനുപകരം അത്തരം മണ്ണ് നിറച്ചുകൊണ്ടേയിരിക്കുന്നു എന്നാണ് ഞങ്ങളുടെ സംശയം. ആ മണ്ണാണ് കുന്നിൻമുകളിലേക്ക് തലച്ചുമടായി കയറ്റുന്നത്. അങ്ങനെ കുന്നിൻമുകളിൽ മണ്ണ് എത്തിച്ചു കഴിഞ്ഞാൽ

ഞങ്ങളുടെ ദൗത്യം പൂർത്തിയാകും. പക്ഷേ, ഇന്നുവരെ ആർക്കും അതിനു കഴിഞ്ഞിട്ടില്ല.''

അവൻ ചുറ്റുംനോക്കി ഒരു രഹസ്യംപാലെ തുടർന്നു പറഞ്ഞു:

''എന്തിനാണെന്നോ ഈ മണ്ണ്. ഞങ്ങൾ സ്വർഗ്ഗത്തിലേക്കുള്ള പാത പണിയുകയാണ്.''

ഒന്നുനിർത്തി അവാച്യമായ ആനന്ദാനുഭൂതിയിൽ അവൻ പറഞ്ഞു കൊണ്ടേയിരുന്നു:

''ഈ കാവിക്കുന്നിനു തൊട്ടുമീതെ മേഘങ്ങൾ മേയുന്ന ആകാശ ത്തിനപ്പുറമാണ് സ്വർഗം. ഇങ്ങനെ മണ്ണിട്ട് കാവിക്കുന്നിന്റെ ഉയരം കൂട്ടിയാൽ ഞങ്ങൾക്ക് അനായാസം സ്വർഗത്തിലേക്ക് പ്രവേശിക്കാം. സ്വർഗമെന്നു പറഞ്ഞാൽ, മൃത്യു തീണ്ടാത്ത, ജരാനരകൾ ബാധി ക്കാത്ത, ദുഃഖദുരിതങ്ങളോ മനോശരീരപീഡകളോ ഇല്ലാത്ത, വിരഹ താപങ്ങളേശാത്ത, മോഹഭംഗങ്ങളോ ദാരിദ്ര്യക്ലേശങ്ങളോ തീർത്തും അന്യമായ ആനന്ദോദ്യാനമാണത്. അതു പ്രാപ്യമാകാനായി എത്രയോ കാലങ്ങളായി, എത്രയോ തലമുറകളായി ഞങ്ങൾ ഈ കർമ്മം മുറതെറ്റാതെ കൃത്യമായി അനുഷ്ഠിച്ചുപോരുന്നു.''

മേഘരൂപൻ തുടർന്നു:

''മണ്ണ് നിറച്ച കുട്ടകൾ തലയിലേന്തി ചെങ്കുത്തായ കാവിക്കു ന്നിന്റെ പകുതിദൂരം എത്തുമ്പോഴേക്കും മിക്കവരും തളർന്നിട്ടു ണ്ടാവും. അവശേഷിച്ചവർ അല്പദൂരംകൂടി ചുമക്കും. ലക്ഷ്യം കാണാ നാവാതെ വരുമ്പോൾ അവർ വിശ്രമിക്കും. അതിനിടയിൽ അവരറിയാതെ തലച്ചുമടിലെ മണ്ണ് ഊർന്നു താഴേക്കു ചിതറും. അതോടെ വിഫലമായ പ്രയത്നത്തെ ശപിച്ച് അവർ അന്നേക്ക് പിന്മാറും. അങ്ങനെ പിന്മാറുന്നവർക്ക് പകരം അത്രയുമാളുകൾ വീണ്ടും അതേ ശ്രമമാരംഭിക്കും.''

''ഈ ഭൂമി മുഴുവനുമുള്ള എണ്ണമറ്റ കുന്നുകളിലെയും സ്ഥിതി ഇതാണ്. എപ്പോഴുമെപ്പോഴും അവിടെയും ഇവിടെയും എവിടെയും കുന്നിന്റെ ഉയരം കൂട്ടാൻ മുകളിലേക്ക് മണ്ണ് ചുമക്കുകയാണ്. പക്ഷേ ദുരൂഹമായി അവശേഷിക്കുന്ന കാര്യം- ഞങ്ങളാരും കുന്നിൻമുകൾ കണ്ടിട്ടില്ല എന്നതാണ്. മണ്ണുനിറച്ച തലച്ചുമടുമായല്ലാതെ കുന്നിൻ മുകളിലേക്ക് കടക്കാൻ പാടില്ല എന്നാണത്രെ അനുശാസനം. എന്നാൽ ഇത്തവണ തലച്ചുമട് ലക്ഷ്യസ്ഥാനത്തെത്തിക്കണമെന്ന് ഞാൻ തീരുമാനിച്ച് ഉറപ്പിച്ചിരിക്കുകയായിരുന്നു. പകുതിവഴി പിന്നിട്ടിട്ടു ണ്ടാകും, അപ്പോഴാണ് ഞാൻ അങ്ങയെ കണ്ടത്.''

അതികഠിനമായ ആ അത്യദ്ധ്വാനവും അതിനെ പൊതിഞ്ഞുള്ള ദുരൂഹതകളും ആര്യഗുരു മനസ്സിൽ സങ്കല്പിക്കുകയായിരുന്നു.

ചെങ്കുത്തായ കുന്നിൻനിറുകയിലേക്ക് താങ്ങാവുന്നതിലേറെ ഭാരം വഹിച്ചുകൊണ്ട് കയറ്റം കയറുക. അനുശാസനത്തിന്റെ പേരിലായാലും ആചാരഭാഗമായിട്ടാണെങ്കിലും എന്തൊരു ശിക്ഷയാണിത്?

ആര്യഗുരു വിഷണ്ണനായി. അദ്ദേഹം മേഘരൂപനോട് ചോദിച്ചു.

''കുന്നിൻമുകളിലെ മേഘങ്ങൾക്കു മീതെ സ്വർഗമുണ്ടെന്ന് നിങ്ങളോട് ആരാണ് പറഞ്ഞത്?''

മേഘരൂപൻ പെട്ടെന്ന് മറുപടി പറഞ്ഞു:

''അതു ഞങ്ങളുടെ അബോധതോന്നലാണ്.''

ആര്യഗുരു ചിരിച്ചു:

''നീ വർണ്ണിച്ചതുപോലെയാണ് സ്വർഗമെന്നതും തോന്നലാണോ?''

മേഘരൂപന്റെ കണ്ണുകൾ വികസിച്ചു.

''തോന്നലല്ല. അതു സത്യദർശനമാണ്. തോന്നലിനപ്പുറമാണ് സ്വർഗം. അവിടെ ധാന്യങ്ങളും പയറുവർഗ്ഗങ്ങളും പുറംതോടു സ്വയം വെടിഞ്ഞ് ഭക്ഷിപ്പാനുള്ള പാകത്തിലായിരിക്കും. സ്വാദേറിയ കായ്കനികൾ നിറച്ച മരച്ചില്ലകൾ നമ്മെ കാണുമ്പോൾ അടർത്തിക്കോളൂ എന്ന് വിധേയത്വം പൂണ്ടു താഴ്ന്നുതരും. ഉയർന്ന വൃക്ഷങ്ങൾപോലും ശിരസ്സുകുനിച്ച് ഫലങ്ങൾ നമുക്കു മുന്നിൽ കാഴ്ചവയ്ക്കും.''

ആവേശപൂർവ്വം അവൻ തുടർന്നു: ''അമൃതം കിനിയുന്ന ഉറവകളുണ്ട് അവിടെ. അതുപോലെ തേനും പാലും ഒഴുകുന്ന നദികളും... കോരിക്കുടിച്ചോളൂ എന്നു പറഞ്ഞ് അവ നമുക്കരികിലേക്ക് ഒഴുകിവരും.''

അവൻ അങ്ങനെ തുടരുന്നതിനിടയിൽ ആര്യഗുരു ഗൗരവത്തോടെ തിരക്കി:

''നീയും നിന്റെ മനുഷ്യരും ഇത് പൂർണ്ണമായി വിശ്വസിക്കുന്നുണ്ടോ?''

ഉറച്ച മറുപടിയായിരുന്നു മേഘരൂപന്റേത്:

''ഉവ്വ്. വിശ്വസിക്കുന്നു. അത് പ്രാപ്യമാക്കാനല്ലേ ഞങ്ങളിത്ര ക്ലേശപ്പെടുന്നത്. ചെങ്കുത്തായ കാവിക്കുന്നിന് ഉയരം കൂട്ടി സ്വർഗപാത നിർമ്മിക്കാനായി ഈ മണ്ണത്രയും മുകളിലേക്ക് ചുമന്നു കയറ്റാൻ ശ്രമിക്കുന്നത് വെറുതെയാണോ?''

ഈ മനുഷ്യരും ഇവരുടെ വിചിത്രമായ വിശ്വാസസങ്കല്പങ്ങളും അതികഠിനമായ അദ്ധ്വാനവും പ്രഹേളികയായി ആര്യഗുരുവിന്റെ മനസ്സിനെ അലട്ടാൻ തുടങ്ങുമ്പോഴാണ് മേഘരൂപൻ സ്വപ്നത്തിൽ നിന്നുണർന്നതുപോലെ വിളിച്ചുപറഞ്ഞത്.

‘‘ഇതാ ഉദ്യാനമായി.’’

ഗുരു ചുറ്റുംനോക്കി.

എവിടെ ഉദ്യാനം? ചെടികളോ ഇലകളോ പൂക്കളോ ഇല്ലാത്ത ഇവിടം എങ്ങനെ ഉദ്യാനമാകും.

ഗുരു, ചോദ്യരൂപത്തിൽ മേഘരൂപനെ നോക്കി. അവൻ നോട്ടത്തിന്റെ പൊരുൾ ഉൾക്കൊണ്ട്, ആ മഹാരഹസ്യത്തിന്റെ ചുരുളഴിച്ചു.

‘‘ഇതുതന്നെയാണ് ഗുരോ ഉദ്യാനം. പണ്ടിത്, സുഗന്ധംവഴിയുന്ന പൂക്കളും തഴപ്പാർന്ന ചെടികളും മധുരം പൊഴിയുന്ന കായ്കനികളും നിറഞ്ഞ ഉദ്യാനമായിരുന്നു. എന്തുചെയ്യാം. പ്രബലരായ ചിലർ ഇലകളടർത്തിയും പൂക്കളുതിർത്തും കമ്പുകളൊടിച്ചും ഉദ്യാനത്തെ നശിപ്പിച്ചത്രെ. അത് യാദൃച്ഛികമായിരുന്നില്ലെന്നും ആസൂത്രിതമായ ഉന്മൂലനമായിരുന്നുവെന്നും കേട്ടിട്ടുണ്ട്. ഇവിടെ കായ്കനികളും പൂക്കളും ഉണ്ടാവാതിരുന്നാലേ അധിക വിളവുകളുള്ള മറ്റെവിടെയൊ നിന്ന് അവ ഇവിടേക്ക് കൊണ്ടുവരാൻ സാധിക്കൂ. അങ്ങനെയാണ് അത്യധികമായ കഠിനാദ്ധ്വാനത്തിന് പ്രതിഫലമായി പുറത്തുനിന്നുള്ള ഉല്പന്നങ്ങൾ അല്പമാത്രമായി ഇവിടെ ലഭ്യമാക്കുന്നത്. അതിൽ തൃപ്തരാവാതെ ഉദ്യാനം പുനർനിർമ്മിക്കാൻ ഇവിടെയുള്ളവർ നടത്തിയ ശ്രമങ്ങളെല്ലാം പാഴായി. കിണർ കുഴിക്കലും മണ്ണുചുമക്കലും തടസ്സപ്പെടുമെന്ന കാരണത്താൽ അത് ഏതാണ്ട് ഉപേക്ഷിച്ചമട്ടാണ്. എന്നാലും പണ്ടിവിടെ ഉദ്യാനമുണ്ടായിരുന്നല്ലോ. അതുകൊണ്ട് പാരമ്പര്യത്തെ മുറുകെപ്പിടിക്കുന്ന ഞങ്ങൾ ഇപ്പോഴുമിതിനെ ഉദ്യാനമെന്നുതന്നെ വിളിക്കുന്നു.’’

ഉദ്യാനത്തിന്റെ പുരാവൃത്തം ആര്യഗുരുവിന് നന്നേ രസിച്ചു. അദ്ദേഹം ഗംഭീരമായി ഒന്നു ചിരിച്ചു. എന്നിട്ടു ചോദിച്ചു:

‘‘പക്ഷേ എന്തുകൊണ്ട് ഉദ്യാനനിർമ്മിതിക്കുള്ള നിങ്ങളുടെ ശ്രമങ്ങൾ പാഴായി? അതുപോലെ എന്തുകൊണ്ട് നിങ്ങളിവിടെ വീണ്ടും ചെടികൾ നട്ടില്ല. വിത്തുവിതച്ചില്ല.’’

നിസ്സഹായനെപ്പോലെ മേഘരൂപൻ പറഞ്ഞു:

‘‘എന്തുചെയ്യാം, കിണർകുഴിക്കലും മണ്ണുചുമക്കലും മുടങ്ങുമെന്നതിനപ്പുറം മറ്റൊരുകാര്യം കൂടിയുണ്ട്. ഈ കാവിക്കുന്നിൽ ഒരിക്കലല്ലാതെ വീണ്ടുമൊരിക്കൽക്കൂടി ചെടികൾ വളരില്ല.’’ തുടർന്ന് ഒരു രഹസ്യംപോലെ സ്വരംതാഴ്ത്തി അവൻ അറിയിച്ചു: ‘‘ഈ കാവിക്കുന്നിനെ നിയന്ത്രിക്കുന്നവരാരോ, സ്വർഗപാത പണിയാനും മണ്ണ് ചുമക്കാനും ഞങ്ങൾക്ക് അബോധമായി പ്രേരണ നൽകുന്നവരാരോ, അതിന് തടസ്സം നിൽക്കുന്നു.’’

രഹസ്യത്തിന്റെ ചെപ്പ് അവൻ അടച്ചില്ല. അതിൽനിന്ന് പലതും പൊഴിഞ്ഞു.

''കിണർ കുഴിക്കാനോ മണ്ണു ചുമക്കാനോ ശേഷിയില്ലാത്തവർക്കാർക്കും കാവിക്കുന്നിൽ ആയുസ്സില്ല എന്നത് എന്നെ ആശങ്കപ്പെടുത്തുന്ന കാര്യമാണ്. അതുപോലെ വൈകല്യമുള്ളവർ ഇവിടെ അധികനാൾ ജീവിക്കുന്നില്ല. ഭിന്നശേഷിക്കാരായ കുഞ്ഞുങ്ങൾ ശൈശവബാല്യങ്ങളിൽ മരണപ്പെടുന്നു. ആശങ്കയുണ്ടാക്കുന്ന മറ്റൊരു കാര്യം, സ്ത്രീകളുടെ അവസ്ഥയാണ്. മിക്ക പെൺകുട്ടികളും ജനനത്തോടെ മരിക്കുന്നു. അവശേഷിക്കുന്നവരുടെ സംഖ്യ നോക്കിയാൽ രണ്ടോ മൂന്നോ പുരുഷന് ശരാശരി ഒരു സ്ത്രീ. അതിനപ്പുറമില്ല. ഇതൊക്കെ കാവിക്കുന്നിനെ നിയന്ത്രിക്കുന്ന ആ നിഗൂഢശക്തിയുടെ, ആ അരൂപിയുടെ, ആ അദൃശ്യസാന്നിധ്യത്തിന്റെ ആസൂത്രിത നിഗൂഢതന്ത്രമാണോ എന്നെനിക്ക് ആശങ്കയുണ്ട്.''

''ആശങ്ക നിനക്കു മാത്രമേയുള്ളോ?'' ആര്യഗുരു ചോദിച്ചു.

അവന്റെ മറുപടി പെട്ടെന്നുവന്നു:

''അല്ല ഞങ്ങൾക്കെല്ലാമുണ്ട്. പക്ഷേ...''

അവൻ മറുപടി പൂർത്തിയാക്കാതെ വന്നപ്പോൾ ആര്യഗുരു നിർബന്ധിച്ചു:

''തുറന്നു പറയൂ.''

അവൻ പെട്ടെന്ന് പറഞ്ഞു:

''ആശങ്കകൾ പരസ്പരം പങ്കുവയ്ക്കാൻപോലും അനുവദിക്കാതെ ഞങ്ങളെ അബോധമായി ആരോ വിലക്കുന്നു.''

ആര്യഗുരു അതിന്റെ പൊരുൾ പൂർണ്ണമായും ഉൾക്കൊണ്ടു.

അവന്റെ ആശങ്കകളത്രയും ബോധപൂർവ്വം അവഗണിക്കുന്നതായി നടിച്ച് അദ്ദേഹം ചോദിച്ചു:

''ഇടയ്ക്ക് നീ എന്തോ പറഞ്ഞല്ലോ. കാവിക്കുന്നെന്ന്... അല്ലേ?''

മേഘരൂപൻ പറഞ്ഞു:

''അതെ, നാം നിൽക്കുന്ന ഈ ഇടം... ഈ കാവിക്കുന്ന്.''

''ഈ ഭൂമിയെയാണോ നീ കാവിക്കുന്നെന്നു വിളിക്കുന്നത്?'' ആര്യഗുരു ചോദിച്ചു.

''അതെ.'' മേഘരൂപൻ ഉറപ്പോടെ പറഞ്ഞു.

''കഷ്ടം.'' ആര്യഗുരു പെട്ടെന്ന് ക്ഷോഭിക്കുകയായിരുന്നു. ''നിങ്ങളുടെ രക്തവും വിയർപ്പും വീണു ചുവന്നുപോയ ഈ മണ്ണോ കാവിക്കുന്ന്? രക്തത്തിന്റെ നിറത്തെ കാവിയെന്ന് വിളിച്ച് അധിക്ഷേപിക്കുന്നോ?

രക്തസാക്ഷികളുടെ നിണംവീണ് ചുവന്ന ഈ മണ്ണിന് കാവിക്കുന്നെന്നു പേരിട്ടതാരാണ്?''

ആര്യഗുരു വല്ലാതെ അണയ്ക്കുന്നുണ്ടായിരുന്നു. മേഘരൂപൻ ആകാംക്ഷയോടെ അതുനോക്കിനിന്നു. എന്തെല്ലാമാണ് ഗുരു പറയുന്നത്.

''ഇത് രക്തക്കുന്നാണ്. നിങ്ങളുടെ രക്തം വീണു ചുവന്ന മണ്ണാണിത്.''

മേഘരൂപന് ഒന്നും മനസ്സിലായില്ല. എന്നാൽ എന്തൊക്കെയോ മനസ്സിലാവുകയും ചെയ്തു. നിറഞ്ഞ മിഴികൾ നീട്ടി ഗുരുവിനെ നോക്കി അങ്ങനെ നിൽക്കാനേ അവനു കഴിഞ്ഞുള്ളൂ. അതുകൂടി കണ്ടപ്പോൾ ഗുരു തെളിച്ചുപറഞ്ഞു.

''നിങ്ങളുടെ മണ്ണാണിത്. നിങ്ങളുടെ ചോരവീണ് ചുവന്ന മണ്ണ്. നിങ്ങൾക്ക് ഇത് എന്നും അന്യമായിരിക്കാൻ വേണ്ടി നീ പറഞ്ഞ പ്രബലർ അല്ലെങ്കിൽ നീ അബോധത്തിൽ കാണുന്ന അദൃശ്യർ അതുമല്ലെങ്കിൽ അരൂപികൾ നിന്നെക്കൊണ്ടിതിനെ കാവിക്കുന്നെന്നു വിളിപ്പിക്കുകയാണ്.''

അദ്ദേഹം തുടർന്നു:

''അതുപോലെയാണ് സ്വർഗം എന്ന മരീചികയുടെ കാര്യവും. കുന്നിനെ ആകാശത്തോളം ഉയർത്തുക. അതിനുവേണ്ടി താഴ്വാരത്തു നിന്ന് മണ്ണുചുമന്ന് കുന്നിൻനെറുകയിൽ എത്തിക്കാൻ ശ്രമിക്കുക. അങ്ങനെ ആ പൊക്കത്തിൽനിന്ന് മേഘങ്ങൾക്കിടയിലൂടെ വഴിയുണ്ടാക്കുക. അതിന് സ്വർഗപാത എന്നു പേരിടുക. അതുപോലെ മനസ്സിലെ വിചിത്രവും അപ്രായോഗികവുമായ ഗൂഢമോഹങ്ങളൊക്കെ യാഥാർത്ഥ്യമാക്കുന്ന ഒരിടമുണ്ടെന്നും അതാണ് സ്വർഗമെന്നും തെറ്റിദ്ധരിപ്പിക്കുക.''

ആത്മരോഷത്തോടെയായിരുന്നു അദ്ദേഹം തുടർന്നുസംസാരിച്ചത്:

''അതൊക്കെ അപ്പാടെ വിശ്വസിക്കാനും അതിന് അനുഷ്ഠിക്കേണ്ട ക്ലേശങ്ങൾ എന്ന രീതിയിൽ വൃഥാവൃത്തി ചെയ്യാനും തയ്യാറായി ഒരു ജനത ഉണ്ടാവുക.''

എന്തിനെന്നറിഞ്ഞുകൂടാ, ഗുരു അതുപറഞ്ഞു രോഷംപൂണ്ടപ്പോൾ മേഘരൂപന് വല്ലാത്ത ഭയംതോന്നി. ചുറ്റും അപരിചിതമായ ഗന്ധം പരക്കുന്നതായും വരണ്ട കാറ്റുവീശുന്നതായും അവന് അനുഭവപ്പെട്ടു. ആ കാറ്റിന്റെ ചിറകിൽ ഗന്ധവാഹിയുടെ അദൃശ്യരൂപം.

അതുകൂടി കാണാതെ കണ്ടപ്പോൾ അവൻ ഗുരുവിന്റെ കൈകളിൽ മുറുകെപ്പിടിച്ച് യാചിച്ചു:

''ഗുരോ ശാന്തനായാലും, ശാന്തനായാലും.''

ഒരുമന്ത്രംപോലെ അവനത് ഉരുവിട്ടുകൊണ്ടിരിക്കുന്നതിനിടയിൽ ഗുരു ശാന്തനായി. തിരകളെല്ലാം ഒതുങ്ങിയ മഹാസമുദ്രംപോലെ അദ്ദേഹം മേഘരൂപന്റെ മുന്നിൽ നിലകൊണ്ടു.

നിശ്ശബ്ദമായ നീണ്ട നിമിഷങ്ങൾക്കൊടുവിൽ ഗുരു ചോദിച്ചു:

''വേദനിച്ചോ മകനേ? ഞാനെന്തൊക്കെയോ പറഞ്ഞുപോയി.''

അതിനു മറുപടി ലഭിക്കുംമുമ്പ് അദ്ദേഹം തിരക്കി:

''എവിടെ നിന്റെ മനുഷ്യർ. എനിക്കവരെ കാണണം.''

മേഘരൂപന് ആശ്വാസമായി. ഉദ്യാനത്തിന്റെ നടുവിലേക്ക് അവൻ ഗുരുവിനെ നയിച്ചു.

''വന്നാലും....''

നടക്കുന്നതിനിടയിൽ പാദം പതിയുന്ന മണ്ണിനോട് ജീവിതത്തിലാദ്യമായി വല്ലാത്ത പ്രേമം തോന്നി മേഘരൂപന്. അല്പം മുമ്പു കേട്ട, ഭൂമിയെപ്പറ്റിയുള്ള ആര്യഗുരുവിന്റെ വാക്കുകളാവാം അവനെ സ്വാധീനിച്ചത്. എന്റെ മനുഷ്യർ എന്നുപറഞ്ഞു ശീലിച്ച അവന്റെ നാവിൻതുമ്പിലേക്ക് എന്റെ മണ്ണ് എന്നുകൂടി കിനിഞ്ഞുവന്നു.

എന്റെ മണ്ണ് എന്റെ മനുഷ്യർ എന്ന് മന്ത്രിച്ചുകൊണ്ടാണ് മേഘരൂപൻ ഗുരുവിനെ അനുഗമിച്ചത്.

നാല്

മേഘരൂപൻ പറയുന്നത് മനുഷ്യർ വിശ്രമിക്കുകയാണെന്നാണ്. പക്ഷേ ആര്യഗുരുവിന് അങ്ങനെ തോന്നിയില്ല. അതികഠിനമായ അദ്ധ്വാനത്തേക്കാൾ ക്ലേശകരമാണ് അവരുടെ വിശ്രമാവസ്ഥയെന്ന് ഗുരുവിന് മനസ്സിലായി. ജരാനര ബാധിച്ചെങ്കിലും ആരോഗ്യ വാനായ ഒരു വൃദ്ധനെ ചൂണ്ടി മേഘരൂപൻ പറഞ്ഞു:

''അയാളാണ് വൃദ്ധൻ. വിശ്രമിച്ചു കഴിഞ്ഞാലുടൻ മണ്ണുചുമ ക്കാൻ അല്ലെങ്കിൽ കിണർ കുഴിക്കാൻ പോകും.''

ആര്യഗുരുവിന് വേദനിച്ചു. ആദരവാർന്ന ഈ വാർദ്ധക്യത്തെ കഠിനാദ്ധ്വാനത്തിന് നിയോഗിക്കുന്നത് ദയാരഹിതമായ പീഡനമാ ണെന്നു പറയാൻ തുനിഞ്ഞതാണ്; അപ്പോഴേക്കും മേഘരൂപൻ ഒരു വൃദ്ധയെ ചൂണ്ടി. അയാൾ പറയാൻ തുടങ്ങുംമുമ്പ് ഗുരു അങ്ങോട്ടു ചോദിച്ചു: ''അവർ വൃദ്ധയാണല്ലേ?''

മേഘരൂപൻ തലയാട്ടിക്കൊണ്ടു പറഞ്ഞു: ''അതെ.''

ആര്യഗുരു വൃദ്ധയെ നോക്കി. അവർ ആരെയോ കാത്തിരിക്കു കയാണെന്ന് ഗുരുവിന് മനസ്സിലായി. ഇടയ്ക്കിടയ്ക്ക് കണ്ണുകൾക്കു മീതെ കൈപ്പത്തി പരത്തിവച്ച് അനന്തതയിലേക്കുനോക്കി അവർ എന്തോ പിറുപിറുത്തുകൊണ്ടിരുന്നു.

ആര്യഗുരുവിനു ബോദ്ധ്യമായി, അവർ ആരെയാണ് പ്രതീക്ഷി ക്കുന്നതെന്ന്. അദ്ദേഹത്തിന്റെ മനസ്സ് ആകെ അസ്വസ്ഥമാകാൻ തുടങ്ങി. അപ്പോഴേക്കും അതികഠിനമായ ദുഃഖഭാരത്താൽ സ്വയം മറന്നുനിൽക്കുന്ന മദ്ധ്യവയസ്കയായ ഒരു സ്ത്രീയേയും അവളുടെ പുരുഷനേയും ചൂണ്ടി മേഘരൂപൻ തുടർന്നു:

''ഗുരോ അവർ ഭാര്യാഭർത്താക്കന്മാരാണ്. എന്തുകൊണ്ടെന്ന് അറിയില്ല, ഒരിക്കലും ഒരു നിമിഷവും സ്വസ്ഥരായിരിക്കാൻ അവർക്കു കഴിയുന്നില്ല.''

ഗുരു അറിയാതെ പറഞ്ഞുപോയി: ''നല്ല വിശ്രമം.''

വീണ്ടും നടന്നപ്പോൾ ഒരു യുവതി വേണ്ടാത്തതെന്തോ സ്വീകരി ക്കേണ്ടിവന്നതിലുള്ള അതൃപ്തി ഉള്ളിലടക്കി വിങ്ങുന്നതും അവളെ

ആശ്വസിപ്പിക്കാൻ ശ്രമിക്കുന്ന യുവാവ് നിരാശിതനായി പതുങ്ങുന്നതും കണ്ടു.

അപ്പോൾമാത്രം മേഘരൂപൻ ഒന്നുചിരിച്ചു. എന്നിട്ടു പറഞ്ഞു:

‘‘ഇവർ കമിതാക്കളാണ്. യൗവനചാപല്യത്താൽ നിലവിട്ട വിഷമമാണ്, പുനരാലോചനയിൽ യുവതിയെ കുഴയ്ക്കുന്നത്. അവനാകട്ടെ, കൈവന്ന ഭാഗ്യം കൈവിട്ടുപോകുന്നതിലെ നിരാശ. പക്ഷേ ഈ സംഘർഷം കുറച്ചുനിമിഷങ്ങളിലേക്കേയുള്ളൂ. വിശ്രമം കഴിഞ്ഞാലുടൻ അവർ മണ്ണു ചുമക്കാൻപോകും. അല്ലെങ്കിൽ കിണർ കുഴിക്കാൻ. അപ്പോൾ എല്ലാം മറക്കുമല്ലോ.’’

അപ്പോഴും ഗുരു ചിരിച്ചതേയുള്ളൂ. കുറേക്കൂടി നടന്നപ്പോൾ കൗമാര കൗതുകങ്ങളുമായി പാറി നടക്കേണ്ട കുട്ടികൾ കാൽമുട്ടിൽ മുഖം മുട്ടിച്ചു കൂനിയിരിക്കുന്നതാണ് കണ്ടത്. അവരേനോക്കി മേഘരൂപൻ പറഞ്ഞു:

‘‘അവർ കുട്ടികളാണ്. അവരെ ആഹ്ലാദിപ്പിക്കുന്നതൊന്നും ഈ കാവിക്കുന്നിലില്ല. അതിനാൽ അവർ സ്വയം കാണുന്നു.’’

കൗതുകങ്ങളില്ലാത്ത കൗമാരം ആര്യഗുരു ആദ്യം കാണുകയായിരുന്നു. അദ്ദേഹം അത് അധികനേരം കണ്ടുനിന്നില്ല. വേഗം നടന്നു. കുറേ നടന്നപ്പോൾ കാവിക്കുന്നിലെ കുഞ്ഞുങ്ങൾ, ശൈശവത്തിന്റെ പുതപ്പു നഷ്ടപ്പെട്ടവർ, വിശന്നാർത്തു കരയുന്നതാണ് അദ്ദേഹം കണ്ടത്. ആ കാഴ്ച ഗുരുവിനെ തളർത്തി. ഒരടി നടക്കാനാവാത്തവിധം അദ്ദേഹം അവിടെ തറഞ്ഞുനിന്നു. അതു മനസ്സിലാക്കിയ മേഘരൂപൻ ഗുരുവിനെ സമീപത്തുള്ള കൽത്തറയിൽ കൊണ്ടിരുത്തി.

ചുറ്റുപാടുമുള്ള ഒന്നും കാണാതെ സ്വന്തം മനസ്സിലേക്ക് കണ്ണുകൾ ഉൾവലിക്കാനാണ് ഗുരു ശ്രമിച്ചത്. പക്ഷേ കാവിക്കുന്നു മുഴുവനുമാണ് അദ്ദേഹത്തിന്റെ ഉള്ളിൽ തെളിഞ്ഞുവന്നത്. ആ കാഴ്ച അദ്ദേഹത്തെ സ്തബ്ധനാക്കുകതന്നെ ചെയ്തു. ഇതുവരെ കണ്ട ഓരോ മനുഷ്യരും ഓരോ വ്യക്തികൾ മാത്രമല്ലെന്നും അവർക്കു പിന്നിൽ അതേ മുഖമുള്ള അനേകരുണ്ടെന്നും അദ്ദേഹം തിരിച്ചറിഞ്ഞു. ഇനി സഹിച്ചിരിക്കാനാവില്ല. അദ്ദേഹം പെട്ടെന്ന് എഴുന്നേറ്റ് വിറയാർന്ന സ്വരത്തിൽ മേഘരൂപനോടു പറഞ്ഞു: ‘‘മേഘരൂപാ, മകനേ, നമുക്കിനി വൈകിക്കൂടാ.’’

ആനന്ദാതിരേകത്താൽ അല്പനേരത്തേക്ക് മേഘരൂപന് മറുപടി പറയാൻ കഴിഞ്ഞില്ല. കണ്ണുകളിൽ കാരുണ്യത്തിന്റെ തിളക്കവുമായി നിൽക്കുന്ന ആര്യഗുരുവിനെ സാകൂതം കാണുകയായിരുന്നു അവൻ.

‘‘മേഘരൂപാ! നമുക്ക്, നിന്റെ മനുഷ്യരെ രക്ഷിക്കാം.’’ ആര്യഗുരു ആവേശത്തോടെ പറഞ്ഞു. ‘‘അനന്തമായ രക്ഷപ്പെടൽ. എല്ലാ ദുഃഖങ്ങളിൽനിന്നും ദുരിതങ്ങളിൽനിന്നുമുള്ള ശാശ്വതമായ മോചനം.’’

അഞ്ച്

ആര്യഗുരുവിന്റെ വാക്കുകൾ കാവിക്കുന്നിലാകെ പ്രകമ്പനം സൃഷ്ടിച്ചു. അവ കൊടുങ്കാറ്റുപോലെയാണ് ഉദ്യാനത്തിൽ വീശിയടിച്ചത്. അതുകേട്ട മനുഷ്യർ ആര്യഗുരുവിന്നരികിലേക്കു ശുഭ പ്രതീക്ഷയോടെ പാഞ്ഞു വന്നു.

ദുഃഖദുരിതങ്ങൾ നിറഞ്ഞ ഈ കാവിക്കുന്നിൽനിന്ന് രക്ഷപ്പെടാൻ ആയാസപൂർണവും അപ്രാപ്യവുമായ സ്വർഗ്ഗ പ്രവേശമല്ലാതെ മറ്റേതു മാർഗമാണുള്ളത്? ആരാണ് ഈ മാർഗം ഉപദേശിക്കുന്നത്. ഈ വിധ ചിന്തകളോടെ ഗുരുവിന് ചുറ്റുംകൂടിയ ജനത്തോട് മേഘരൂപൻ വിളിച്ചുപറഞ്ഞു.

''മനുഷ്യരേ, നാം ഇപ്പോൾ അനുഷ്ഠിക്കുന്ന കഠിന പ്രയത്നങ്ങളിലൂടെയല്ലാതെ മറ്റേതോ മാർഗത്തിലൂടെ ഇവിടുത്തെ സകല കഷ്ടപ്പാടുകളിൽനിന്നും നമ്മെ രക്ഷിക്കാൻ വന്ന ഗുരുവാണിത്.''

ജനം ഒന്നടങ്കം ആര്യഗുരുവിന്റെ മുന്നിൽ ശിരസ്സു കുനിച്ചു.

മേഘരൂപൻ വീണ്ടും പറഞ്ഞു:

''ഗുരു പറയുന്നു, സകല ദുഃഖങ്ങളിൽനിന്നും ദുരിതങ്ങളിൽ നിന്നും നമ്മെ ഉടൻ രക്ഷിക്കാമെന്ന്.''

പ്രതികരിക്കാൻ ജനത്തിന് വാക്കുകളില്ലായിരുന്നു. കാരണം- ദുഃഖങ്ങളുടേയും ദുരിതങ്ങളുടേയും പ്രതിരൂപങ്ങളായിരുന്ന അവർ ദീർഘകാലം വ്രതനിഷ്ഠയോടെ കഠിനാദ്ധ്വാനം ചെയ്തിട്ടും ഫലം കാണാഞ്ഞ് നിരാശരായിരുന്നു. മുട്ടുകാലിൽ നിന്ന് ഒഴിഞ്ഞ കൈകൾ നീട്ടി അവർ രക്ഷയ്ക്കായി ഗുരുവിനോട് യാചിച്ചു.

ആര്യഗുരുവിന്റെ മനസ്സ് ആർദ്രമായി. അദ്ദേഹം കൈകൾ ഉയർത്തി ജനത്തെ അനുഗ്രഹിച്ചു. എന്നിട്ട് മേഘരൂപനോടു ചോദിച്ചു:

''നിന്റെ മനുഷ്യരെല്ലാം വന്നുകഴിഞ്ഞോ? ഞാനവർക്ക് രക്ഷാമാർഗ്ഗം പറഞ്ഞുകൊടുക്കട്ടെ.''

മേഘരൂപൻ പറഞ്ഞു:

''എല്ലാവരും ഇവിടെയില്ല. മണ്ണ്ചുമക്കുന്ന ഊഴക്കാരും കിണർ കുഴിക്കുന്ന തവണക്കാരും ഇപ്പോഴും അനുഷ്ഠാനത്തിലാണ്. അവരെ ക്കൂടി വിളിച്ചിട്ടാകാം.''

''ശരി.'' ആര്യഗുരു തുടർന്ന് നിർദ്ദേശിച്ചു: ''എല്ലാവരോടും നാളെ ഈ നേരത്ത് ഉദ്യാനത്തിലേക്കു വരാൻ പറയൂ. എല്ലാവർക്കുമായി ഞാൻ രക്ഷാമാർഗ്ഗം പറഞ്ഞുതരാം.''

മേഘരൂപൻ ഗുരുവിന്റെ വാക്കുകൾ ജനത്തോടു വിളിച്ചുപറഞ്ഞു: ''മനുഷ്യരേ, നാളെ ഈ നേരത്ത് കാവിക്കുന്നിലെ സകലരും ഇവിടെ കൂടണം. ഗുരു നമുക്ക് രക്ഷാമാർഗ്ഗം ഉപദേശിച്ചുതരും.''

ജനം അത്യാഹ്ലാദത്താൽ മതിമറന്നു. ആ തിമിർപ്പിനിടയിൽ അവർ ഏകമുഖരായും എല്ലാം വിസ്മരിച്ചവരായും കാണപ്പെട്ടു.

മേഘരൂപനും ആനന്ദാവസ്ഥയുടെ പാരമ്യത്തിലായിരുന്നു. അവനും ജനത്തോടു ചേർന്നു:

''നമ്മെ ദുഃഖിപ്പിച്ച, ദുരിതപ്പെടുത്തിയ, കാവിക്കുന്നിലെ അവ സാനരാത്രിയാണിത്. ഈ രാത്രിയെ നമുക്കു ശപിക്കാം. പിച്ചിച്ചീന്താം. അല്ലെങ്കിൽ ഒരുകാര്യം ചെയ്യൂ. അവസാനത്തെ ഈ രാത്രിയെ ഉണർന്നിരുന്ന് കാണാം. അതുമല്ലെങ്കിൽ നമുക്ക് ഉറങ്ങാം. സകല ഉണർച്ചകളിൽനിന്നുമുള്ള ഉറക്കം. അതുമല്ലെങ്കിൽ സകല ഉണർച്ച കളിലേക്കുമുള്ള ഉറക്കം.''

അതുകേട്ട് ജനം ആഹ്ലാദാതിരേകത്താൽ മതിമറന്നപ്പോൾ മേഘ രൂപനെ ഗുരു വിളിച്ചു:

''നീ വരൂ. നമുക്കു ഏകാന്തമായിരുന്ന് അല്പം സംസാരിക്കാം.''

ഗുരുവിന്റെ കൂടെ പോകാൻ തയ്യാറായെങ്കിലും പെട്ടെന്ന് എന്തോ ഓർത്തിട്ടെന്നപോലെ മേഘരൂപൻ നാലുപാടും എന്തോ തിരയാൻ തുടങ്ങി.

''എന്താണ് നീ തിരയുന്നത്?'' ഗുരു ചോദിച്ചു

''സാത്യകനെ.'' മേഘരൂപൻ വിഷണ്ണനായി പറഞ്ഞു.

''അവൻ ഇവിടെ എവിടെയെങ്കിലും കാണും. നീ വരൂ.''

മേഘരൂപൻ പിന്നെയും ശങ്കിച്ചുനിന്നു. അപ്പോഴും ഗുരു വിളിച്ചു:

''വരൂ...''

ഒടുവിൽ ഒരദൃശ്യശക്തിയുടെ പ്രേരണയാലെന്നപോലെ അവൻ ഗുരുവിന്റെ നിഴൽനോക്കി നടന്നു തുടങ്ങി.

ആറ്

ഉദ്യാനത്തിൽ ഉറങ്ങാതെ കിടന്ന മനുഷ്യർ പരസ്പരം സംസാരിക്കാൻപോലും മടികാട്ടി. കാരണം അവരെല്ലാം അവരുടേതു മാത്രമായ ലോകങ്ങളിലായിരുന്നു. സ്വന്തം മനസ്സിന്റെ ആകാശ ലോകങ്ങളിൽ. എവിടെനിന്നോ വന്ന ഒരു സന്ന്യാസി പറയുന്നു. നിങ്ങളെ സകല ക്ലേശങ്ങളിൽനിന്നും മോചിപ്പിക്കാമെന്ന്. ഈ മോചനത്തിനുവേണ്ടിയാണ് ഇത്രനാളും അതികഠിനപ്രയത്നങ്ങളിൽ ആണ്ടുമുങ്ങിയത് എന്ന കാര്യം അദ്ദേഹം എങ്ങനെ അറിഞ്ഞു? ഇതിനുമുമ്പുള്ള എത്രയോ തലമുറകളും ഇതേ കഠിനാദ്ധ്വാനത്തിലായിരുന്നു. പ്രയോജനരഹിതമായ പ്രയത്നങ്ങളായിരുന്നു അവയൊക്കെയും. പക്ഷേ പ്രത്യക്ഷത്തിൽ പ്രത്യാശ ലഭിക്കുന്നത് ഇതാദ്യമാണ്. അതു ഫലിക്കുമായിരിക്കും.

ചിന്തകൾ ഇങ്ങനെ കാടുകയറിയപ്പോൾ ഒരു വൃദ്ധന് സഹിച്ചില്ല. അദ്ദേഹം തന്റെ നിരയിൽക്കിടന്ന അസംഖ്യം വൃദ്ധരോട് പറഞ്ഞു:

‘‘സന്ന്യാസി ദിവ്യനായിരിക്കും. വല്ല മന്ത്രങ്ങളും കൈയിൽ കാണും.’’

നിരയിൽ നീണ്ട മുറുമുറുപ്പുകൾ കേട്ടു. ഒടുവിൽ ഒരു മന്ത്രോച്ചാരണത്തിന്റെ മട്ടിൽ അവർ ഒന്നിച്ചുപറഞ്ഞു:

‘‘ശരിയായിരിക്കും. ശരിയായിരിക്കും.’’

ഇതെല്ലാം കേട്ടുകിടന്ന ഒരു വൃദ്ധ തന്റെ നിരക്കാരോട് വിറയ്ക്കുന്ന സ്വരത്തിൽ ചോദിച്ചു:

‘‘നമ്മുടെ കാര്യമോ?’’

മറുപടി വരാൻ ഒട്ടും താമസമുണ്ടായില്ല. നിരയിൽ നിന്നാരോ പറഞ്ഞു:

‘‘അദ്ദേഹം തന്നെയായിരിക്കും ഇദ്ദേഹം.’’

വൃദ്ധയ്ക്ക് ആശ്വാസമായി.

അവരുടെ നിശ്വാസം ഉൾക്കൊണ്ട മദ്ധ്യവയസ്കരായ ദമ്പതികൾ മനോരാജ്യം കണ്ടു. നമുക്കെന്താണാവോ അദ്ദേഹം ചെയ്തുതരിക. ഒരുപക്ഷേ നമ്മെ നമ്മിൽ മാത്രമായി ലയിപ്പിച്ചേക്കാം.

മദ്ധ്യവയസ്കരുടെ മണമുള്ള ചിരി ഗൂഢമായി പരന്നപ്പോൾ യുവതികളുടെയും യുവാക്കളുടേയും നിര കൂടുതൽ അസ്വസ്ഥമായി. കാരണം അവർക്കു മുൻപോട്ടും പിൻപോട്ടുമുള്ള ദൂരം തുല്യമായിരുന്നു. മാത്രമല്ല, ഭൗതികമായ യാതൊന്നും സ്വപ്നം കാണുന്നതായിരുന്നില്ല അവരുടെ യൗവ്വനം.

അപ്പോഴൊക്കെയും കൗതുകങ്ങൾക്ക് കാത്തുനിൽക്കുകയായിരുന്നു കാവിക്കുന്നിലെ കൗമാരങ്ങൾ. എന്നാൽ കുഞ്ഞുങ്ങളാകട്ടെ, ശൈശവചേഷ്ടയോടെ തങ്ങളുടെ മൂപ്പെത്താത്ത വിരലുകൾ നുണഞ്ഞ് ഇല്ലാത്ത ആ ഉദ്യാനം കൗതുകത്തോടെ കാണുകയായിരുന്നു.

ഏഴ്

ഇല്ലാത്ത പൂക്കളുടെ ഹൃദ്യഗന്ധം പരന്ന ഉദ്യാനവാടത്തിൽ മേഘരൂപന്റെ മടിയിൽ തലവെച്ചുകിടന്ന് ആര്യഗുരു ചോദിച്ചു:

''മകനേ നിനക്കെന്തു തോന്നുന്നു?''

''ദിവ്യദർശനം... സംതൃപ്തി... സായൂജ്യം...''

മേഘരൂപൻ ഒരു സ്വപ്നത്തിലെന്നപോലെ പറഞ്ഞു:

ആഹ്ലാദവാനായ ഗുരു അത്ഭുതംകൂറി.

''ശരിക്കും.''

സാത്യകന്റെ മറുപടി അതേ വാക്കുകൾ തന്നെയായിരുന്നു:

''ശരിക്കും.''

എട്ട്

സൂര്യന്റെ കതിർകാലുകളും താങ്ങി, പരിക്ഷീണയായി പ്രദക്ഷിണം വയ്ക്കുകയും സ്വയം ഭ്രമണവൃത്തിയനുഷ്ഠിക്കുകയും ചെയ്യുന്ന ഭൂമിയോട് മറ്റെല്ലാ വികാരങ്ങളും മറന്ന് ആര്യഗുരുവിന് സഹതാപം തോന്നി.

അകമേനിന്നുള്ള പീഡ മറ്റെന്തിനെക്കാളും അസഹ്യമാണ്. ഇങ്ങനെ നിരന്തരം പീഡിപ്പിക്കപ്പെടുമ്പോൾ ആരും ശോകോപാസകരാകും. അതുൾക്കൊണ്ട ആര്യഗുരു ഭൂമിയോടു പറഞ്ഞു:

''വസുന്ധരേ, നീയും അങ്ങനെതന്നെ. നിന്നോടുള്ള എന്റെ എല്ലാ വൈരങ്ങളും അവസാനിച്ചിരിക്കുന്നു. എനിക്കു നിന്നോടിപ്പോൾ സഹതാപമാണ്.''

ആര്യഗുരുവിന്റെ മുഖം ആർദ്രമാകുന്നതുകണ്ട് മേഘരൂപൻ ചോദിച്ചു:

''ഗുരോ എന്തു സംഭവിച്ചു?''

''എല്ലാം സംഭവിക്കുന്നു.''

അതു മാത്രമായിരുന്നു ഗുരുവിന്റെ മറുപടി. മേഘരൂപന് അതിന്റെ പൊരുൾ മനസ്സിലായില്ല. എങ്കിലും ഗുരുവിനെ ചോദ്യങ്ങൾകൊണ്ട് അലോസരപ്പെടുത്താതിരിക്കാൻ അവൻ ആവുന്നത്ര ശ്രമിച്ചു.

ഗുരു ഏകാന്തമായ ധ്യാനത്തിലേക്കമർന്നു. അദ്ദേഹം ഹൃദയംകൊണ്ട് ആരെയോ ആശ്വസിപ്പിക്കുന്നതായി മേഘരൂപന് തോന്നി. അത് എന്തെന്നും ഏതെന്നും അവനു വ്യക്തമായില്ല. ഏറെനേരം കഴിഞ്ഞപ്പോൾ അവന്റെ അസ്വാസ്ഥ്യം ഗുരു തിരിച്ചറിഞ്ഞു. അദ്ദേഹം ചോദിച്ചു:

''മേഘരൂപാ, എങ്ങനെയാണ് നിന്റെ മനുഷ്യരെ ഞാൻ രക്ഷിക്കുന്നതെന്ന് നിനക്കറിയാമോ? അറിയില്ലെങ്കിൽ എന്തുകൊണ്ട് നീ അക്കാര്യം എന്നോടു ചോദിക്കുന്നില്ല?''

മേഘരൂപൻ പെട്ടെന്ന് ഉത്തരം പറഞ്ഞു:

''അങ്ങയെ എനിക്ക് വിശ്വാസമാണ്. ആദ്യദർശനത്തിൽത്തന്നെ അത് എന്നിൽ അങ്കുരിച്ചതാണ്. രക്ഷപ്പെടാനുള്ള വഴി അവിടുന്ന് കാട്ടിത്തരുമെന്നും എനിക്കുറപ്പുണ്ട്. പക്ഷേ ആ മാർഗം എനിക്കു മാത്രമായി അറിയണ്ടാ. എന്റെ മനുഷ്യരുടെ ഒപ്പംനിന്ന് കേൾക്കാനാണ് എനിക്ക് താല്പര്യം.''

മേഘരൂപനോട് ഗുരുവിന് അതിരില്ലാത്ത ആദരംതോന്നി. അദ്ദേഹം വീണ്ടും ചോദിച്ചു:

''അറിയാൻ നിനക്കൊട്ടും താല്പര്യമില്ലേ?''

''ഇല്ല ഗുരോ.'' അവൻ തീർത്തും പറഞ്ഞു: ''ഞാൻ മാത്രമായി അതുകേൾക്കാൻ, ഒട്ടും താല്പര്യമില്ല.''

''ഒട്ടും?''

''ഇല്ല. ഒട്ടുംതന്നെ.''

ഒമ്പത്

ഉദ്യാനത്തിൽ മനുഷ്യമഹാസമുദ്രം തിരകളൊതുക്കി ശാന്തമായി കാതോർക്കുകയായിരുന്നു. കൊടുങ്കാറ്റിനു മുമ്പുള്ള ശാന്തതയാണ തെന്ന് മേഘരൂപനു തോന്നി. അതൊട്ടൊക്കെ ശരിയാണെന്നു വ്യക്തമാക്കുന്ന ഒരുരംഗവും അപ്പോൾതന്നെ അവിടെ അരങ്ങേറി. കുന്നിൻമുകളിലേക്കു മണ്ണു ചുമക്കാൻ നിയോഗിക്കപ്പെട്ടിരുന്ന ഊഴക്കാരായ പതിനായിരത്തി പതിനൊന്നുപേരും കിണർ കുഴിച്ചു കൊണ്ടിരുന്ന തവണക്കാരും ഒരുമിച്ച് ഉദ്യാനത്തിലേക്ക് കടന്നു വന്നപ്പോൾ ജനസമുദ്രം ഒന്നിളകി.

നിയന്ത്രിക്കാനാവാത്ത തിരകൾ ഉയർന്നേക്കുമോ എന്നു മേഘ രൂപൻ ഭയന്നു.

കാവിക്കുന്നിൽ സംഭവിച്ചിട്ടില്ലാത്ത കാര്യമാണിത്. മണ്ണുചുമ ക്കാൻ ആളില്ലാതാവുക. ഊഴംവച്ച് കിണർകുഴിക്കാൻ നിയോഗിക്ക പ്പെട്ടിരിക്കുന്നവർ കൂടി പിൻവാങ്ങുന്ന അവസ്ഥ. അവരെ അദൃശ്യ മായി നിയന്ത്രിക്കുന്നവർ അടങ്ങിരിക്കുമോ?

എല്ലാ മനുഷ്യരും ഒരേസമയം വെറുതെയിരിക്കുക. പാരമ്പ ര്യത്തെ മുറുകെപ്പിടിക്കുന്ന കാവിക്കുന്നുകാരുടെ ഹൃദയം നുറു ങ്ങുകയായിരുന്നു. ഇത് അരുതാത്തതായിരുന്നു. എല്ലാവരും വെറുതെ യിരിക്കുന്നു. എന്നോ ആരംഭിച്ച കിണർ കുഴിക്കലും മണ്ണുചുമക്കലും എന്ന അനുഷ്ഠാനങ്ങൾക്ക് ഭംഗം സംഭവിച്ചിരിക്കുന്നു. എന്താണാവോ ഇനി ഉണ്ടാവുക? അവർ ഭയന്നു.

പെട്ടെന്നാണ് എല്ലാ ഭയാശങ്കകളെയും ദൂരീകരിക്കുന്ന ദിവ്യ സാന്നിധ്യം ഉദ്യാനവാടത്തിൽ പ്രത്യക്ഷപ്പെട്ടത്.

ആര്യഗുരുവും മേഘരൂപനും ഉദ്യാനത്തിലേക്കു കടന്നുവന്നു. ജനം ശബ്ദമടക്കി, ശ്വാസമടക്കി എല്ലാംമറന്ന് രക്ഷാവചനം കേൾക്കാ നായി കാതുകൂർപ്പിച്ചു.

പത്ത്

ആര്യഗുരുവിന്റെ നിഴലായി ഉദ്യാനത്തിലേക്കു പ്രവേശിക്കുമ്പോഴും മേഘരൂപൻ ആത്മദുഃഖങ്ങളുടെ ഭാണ്ഡം പേറുകയായിരുന്നു. എന്തെന്നോ, ഏതെന്നോ വേർതിരിച്ചറിയാനാവാത്ത അസ്വാസ്ഥ്യത്തിന്റെ പാരമ്യാവസ്ഥ ആ ഭാണ്ഡത്തിലെ നെരിപ്പോടിൽ പുകഞ്ഞു. ഇതുവരെയും ദുഃഖങ്ങളും ദുരിതങ്ങളും മാത്രമായിരുന്നു ഉള്ളിലെങ്കിലും ഈ മനോനില അതിൽ നിന്നെല്ലാം തികച്ചും വിഭിന്നമാണെന്ന് മേഘരൂപൻ തിരിച്ചറിഞ്ഞു. അത് അവനെ വല്ലാതെ അലട്ടി.

ആര്യഗുരുവിന് അതു മനസ്സിലായി. അദ്ദേഹം മേഘരൂപനെത്തന്നെ ശ്രദ്ധിക്കുകയായിരുന്നു. ഉദ്യാനത്തിൽ പ്രവേശിച്ച വിവരം പോലും അവൻ അറിഞ്ഞില്ലെന്നു തോന്നിയപ്പോൾ ഗുരു മേഘരൂപനെ തൊട്ടുവിളിച്ചു:

''മകനേ...''

ഉറക്കത്തിൽനിന്ന് ഞെട്ടിയുണർന്നതുപോലെ അവൻ ചോദിച്ചു:

''എന്താണ് ഗുരോ?''

''നാം ഉദ്യാനത്തിലെത്തിയിരിക്കുന്നു.''

''ക്ഷമിക്കണം ഗുരോ.'' മേഘരൂപൻ വിനീതനായി പറഞ്ഞു: ''നിദ്രാടകനായിരുന്നു ഞാൻ... എന്തൊക്കെയോ ഓർത്ത് ഉറങ്ങി നടക്കുകയായിരുന്നു.''

ഗുരു ഒന്നുനിന്നു. എന്നിട്ടു ചോദിച്ചു:

''എന്താണ് നിന്നെ അലട്ടുന്നത്?''

അവൻ മടിയാതെ പറഞ്ഞു:

''ഞങ്ങൾ തലമുറകളായി കാത്തിരുന്ന മോചനവാക്യം കേൾക്കുന്ന ഈ നിമിഷത്തിൽ, ഈ അസുലഭ മുഹൂർത്തത്തിൽപോലും ഞാനെന്റെ സാത്യകനെ കാണുന്നില്ലല്ലോ എന്ന്.''

ഗുരു സാകൂതം ശ്രദ്ധിച്ചു.

മേഘരൂപൻ തുടർന്നു:

''ഞങ്ങൾ ഒരിക്കലും പിരിയാത്ത കൂട്ടുകാരായിരുന്നു. പക്ഷേ ഗുരു വന്നതിൽപിന്നെ ഞാനവനെ കണ്ടിട്ടില്ല. രക്ഷപ്പെടലിന്റെ ലഹരിയിൽ ഞാനവനെ വിസ്മരിച്ചു.''

മേഘരൂപന്റെ ദുഃഖം ഉൾക്കൊണ്ട ഗുരു അവനെ ആശ്വസിപ്പിക്കാൻ ശ്രമിച്ചു:

''നിന്റെ സാത്യകൻ എങ്ങും പോയിട്ടില്ല.''

ഒരു നിമിഷം അദ്ദേഹം നാലുപാടും നോക്കി. എന്നിട്ട് ഒരു ദിക്കിലേക്ക് വിരൽചൂണ്ടി പറഞ്ഞു:

''അതാ നിൽക്കുന്നു നിന്റെ സാത്യകൻ.''

മേഘരൂപൻ ആ വിരൽത്തുമ്പ് ലക്ഷ്യം വച്ചിടത്തേക്ക് നോക്കി.

അതെ സാത്യകൻ തന്നെ. ആൾക്കൂട്ടത്തിൽ ആരോടും കൂടാതെ അവൻ തനിയെ.

മേഘരൂപൻ അറിയാതെ വിളിച്ചുപോയി:

''സാത്യകൻ... സാത്യകൻ.''

ജനസമുദ്രത്തെ വകഞ്ഞുമാറ്റി, സാത്യകന്റെ അരികിലേക്ക് ഓടാൻ വെമ്പിയ മേഘരൂപനെ ആര്യഗുരു തടഞ്ഞു:

''വരട്ടെ. സമയമായില്ല.''

പതിനൊന്ന്

ഉദ്യാനത്തിലെ ഇല്ലാത്ത അശോകമരത്തണലിലേക്കു നീങ്ങിനിന്ന് ആര്യഗുരു ജനത്തെ നോക്കി - നോക്കിയാൽ നോക്കെത്താത്ത മനുഷ്യ മഹാസമുദ്രം. അതിരുകളില്ലാതെ അതങ്ങനെ പരന്നു കിടക്കുന്നു. ആ പരപ്പിന് ഒരു പ്രത്യേകതയുണ്ട്. മുൻനിരയിൽ പ്രായഭേദമനുസരിച്ച് വ്യത്യസ്തമുഖങ്ങളുള്ളവർ മാത്രമാണ്. അവർക്കു പിന്നിൽ അതേ മുഖമുള്ള അസംഖ്യം അസംഖ്യം മനുഷ്യർ. അവർ മോചനത്തിന്റെ മാർഗം തേടുകയാണെന്നോർത്തപ്പോൾ ആരുഗുരു അറിയാതെ വിളിച്ചു പോയി:

''എന്റെ മനുഷ്യരേ....''

വിധേയത്വം വിലയിച്ച വിനയത്തോടെ ജനം ആര്യഗുരുവിന്റെ വിളികേട്ടു. അദ്ദേഹം അതിദിവ്യമായൊരാത്മഹർഷത്തിലായി. ജന്മജന്മാന്തരങ്ങളിലൂടെ ഒഴുകിവന്ന പുണ്യലഹരി നുകരുന്ന അനുഭൂതി.

തറയിൽനിന്ന് ഒരുപിടി മണ്ണുവാരി ഉള്ളംകയ്യിലിട്ട് തിരുമ്മി ഗുരു ഭക്ത്യാദരപൂർവ്വം മന്ത്രിച്ചു:

''എന്റെ മണ്ണേ, എന്റെ പ്രിയപ്പെട്ട വസുന്ധരേ, നിന്നോടെനിക്ക് വൈരമില്ലെന്നറിഞ്ഞാലും. നീ തടവുകാരാക്കിയ ഈ മനുഷ്യരെ ഞാൻ രക്ഷപ്പെടുത്താൻ പോകുകയാണ്.'' ഒന്നുനിർത്തി അദ്ദേഹം തുടർന്നു: ''നിന്നെ ഏകാന്തയാക്കാനല്ല എന്റെ ശ്രമം. കഷ്ടപ്പെടുന്ന ഈ മനുഷ്യരെ അവരുടെ ദുഃഖദുരിതങ്ങളിൽനിന്ന് മോചിപ്പിക്കണമെന്നേ എനിക്കുള്ളൂ.''

ആര്യഗുരുവിന്റെ ചെയ്തികൾ ജനം കൗതുകത്തോടെ കണ്ടു നിൽക്കുകയായിരുന്നു. അദ്ദേഹത്തിന്റെ ഓരോ ചലനങ്ങളും അവരെ കീഴടക്കി. ആ ദിവ്യവാണിക്കായി അവർ കാതുകൂർപ്പിച്ചു.

ധ്യാനലീനനായി നിന്ന ആര്യഗുരു പെട്ടെന്ന്, വളരെ പെട്ടെന്ന്, എല്ലാ ലോലഭാവങ്ങളും വെടിഞ്ഞ് ഗൗരവം പൂണ്ടു. ആ ചുണ്ടുകൾ ചലിക്കുന്നതും ദിവ്യമായ വാക്കുകൾ പ്രവാഹമാകുന്നതും ജനം ശ്വാസമടക്കി ശ്രദ്ധിച്ചു:

‘‘എന്റെ മനുഷ്യരേ...’’ ആര്യഗുരു വിളിച്ചു. ‘‘നിങ്ങൾക്ക് രക്ഷപ്പെടാൻ ഒരൊറ്റ വഴിയേയുള്ളൂ - മൃത്യുസൂത്രം.’’

ഒന്നുനിർത്തി അനന്തതയിൽനിന്ന് ശക്തി സംഭരിച്ചു ഗുരു പറഞ്ഞുതുടങ്ങി:

‘‘നിങ്ങളുടെ സ്വർഗപ്രവേശനസിദ്ധാന്തത്തെ മറന്നേക്കുക. അപ്രായോഗികവും അബദ്ധജഡിലവുമായ ഒരായാസം മാത്രമാണത്. താഴ്‌വാരത്ത് കിണർകുഴിച്ച് പശിമയുള്ള മണ്ണെടുത്ത് ഈ ചെങ്കുത്തായ കയറ്റം കയറി മേൽത്തട്ടിൽ അട്ടിയിട്ട് കുന്നിനു പൊക്കം കൂട്ടി മേഘങ്ങൾക്കിടയിലൂടെ ആകാശത്തേക്ക് സ്വർഗപാത നിർമ്മിക്കാമെന്നും അതിലൂടെ നിങ്ങൾക്ക് സ്വർഗംപൂകാമെന്നും ഉപദേശിച്ച അദൃശ്യരോടും അതു വിശ്വസിച്ച് ജീവിതം ഹോമിക്കുന്ന നിങ്ങളോടും ഞാൻ ക്ഷമിച്ചിരിക്കുന്നു. ഇനിയെങ്കിലും നേരായ മാർഗം സ്വീകരിക്കുക.’’

ആര്യഗുരുവിന്റെ സ്വരത്തിന് പെട്ടെന്ന് ഒരു പ്രവാചകഭാഷ കൈവന്നു:

‘‘ദുഃഖങ്ങളും ദുരിതങ്ങളും അവസാനിക്കണമെങ്കിൽ അവയില്ലാതായേ പറ്റൂ. മനുഷ്യനെ അവന്റെ രക്തത്തിന്റെ നിറമെന്നപോലെ ദുഃഖങ്ങളും ദുരിതങ്ങളും പിൻതുടരുന്നു. അവസാനത്തെ ശ്വാസംവരെയും അവസാനതുള്ളി രക്തംവരെയും അത് അവനോടൊപ്പമുണ്ടാകും. രക്തവും ശ്വാസവും നിലയ്ക്കുന്ന ഘട്ടം- അതാണ് ദുഃഖങ്ങളും ദുരിതങ്ങളുമില്ലാത്ത അവസ്ഥ. അതു സൃഷ്ടിക്കാൻ മൃത്യുസൂത്രത്തിനു മാത്രമേ കഴിയൂ. പ്രകൃതിയുടേതല്ലാത്ത ഒരു നിമിഷം സ്വയം സൃഷ്ടിക്കുക. രക്ഷപ്പെടുക. ഇതാണ് മൃത്യുസൂത്രം.’’

അതുപറഞ്ഞുകഴിഞ്ഞപ്പോഴേക്കും ആര്യഗുരുവിന്റെ ആത്മാവിന്റെ ആഴങ്ങളിൽ അണമുറിഞ്ഞു. നിയന്ത്രിക്കാനാവാത്ത അന്തഃപ്രവാഹം. തുടർന്ന് ഒന്നും പറയാനാവാതെ അദ്ദേഹം അങ്ങനെ നിലകൊണ്ടു. ഒന്നല്ല, രണ്ടല്ല, എത്രയോ നിമിഷം...

കുറേ സമയം കഴിഞ്ഞപ്പോൾ ജനം ഒന്നിളകി.

മനുഷ്യമഹാസമുദ്രത്തിനു മീതെ അക്ഷമയുടെ കാറ്റുപിടിക്കുന്നതു കണ്ട് മേഘരൂപൻ വല്ലാതെ ഭയന്നു. ഒട്ടൊരു സങ്കോചത്തോടെയാണെങ്കിലും അതിവിനീതനായി അവൻ ആര്യഗുരുവിനെ തൊട്ടുണർത്തി, എന്നിട്ട് ഇങ്ങനെ അറിയിച്ചു:

‘‘ഗുരോ. മൃത്യുസൂത്രം എന്തെന്നു മനസ്സിലായില്ല. ലളിതമായി പറഞ്ഞുതന്നാലും...’’

ആര്യഗുരു ഒന്നു ചിരിച്ചു. ഒരു നിമിഷത്തേക്കുള്ള ചിരി. വീണ്ടും മൗനിയായി. എന്നിട്ട്, സൗമ്യഭാവം കൈക്കൊണ്ടു പറയാൻ തുടങ്ങി:

“നിങ്ങളെല്ലാം അനന്തതയുടെ സൂക്ഷ്മ-സ്ഥൂലാംശങ്ങളാണ്. നിങ്ങളിൽ നിന്ന് നിങ്ങളിലേക്കുള്ള അകലത്തിൽ കാലങ്ങളില്ലാത്ത അനന്തത ഇതാ പരമാനന്ദത്തിന്റെ കാരുണ്യകരങ്ങൾ നീട്ടിനിൽക്കുന്നു. അതു നിങ്ങളെ വിളിച്ചുകൊണ്ടേയിരിക്കുന്നു. ഈ അകലം - നിങ്ങളിൽനിന്ന് നിങ്ങളിലേക്കുള്ള അകലം, അറിഞ്ഞ് അതുകടക്കുകയാണ് പ്രധാന കടമ്പ. ചിലർക്കതിന് ഒരു നിമിഷംമതി. ചിലർ അതിനായി ഒരു ജന്മംതന്നെ എടുക്കുന്നു. പരമാനന്ദമെന്താണെന്നറിഞ്ഞാൽ, ആ ആനന്ദാനുഭൂതി സങ്കല്പിക്കാനാകുമെങ്കിൽ നിങ്ങളിതു സ്വീകരിക്കും.”

ജനത്തിന്റെ പ്രതികരണത്തിനു കാക്കാതെ അദ്ദേഹം തുടർന്നു:

“പരമാനന്ദമാഗ്രഹിക്കാത്ത ജീവജാലങ്ങളുണ്ടാവില്ല. പരാമാനന്ദമെന്താണെന്ന് നിങ്ങൾക്കറിയാമോ?”

ആര്യഗുരു ഒന്നുനിർത്തി, എന്നിട്ടു ഒരു രഹസ്യംപോലെ പറഞ്ഞു:

“അതൊരവസ്ഥയാണ്, സുഖാന്തസുഖങ്ങളുടെ സുഖദ മുഹൂർത്തം.”

പിന്നെ വിശദീകരണമായിരുന്നു. അത് കാറ്റായി കാവിക്കുന്നുകാരുടെ കാതുകളിലേക്കു വീശിക്കയറി:

“ആനന്ദവും പരമാനന്ദവും മനുഷ്യരിൽ വൈയക്തികമായ അനുഭവലഹരിയാണ്. അതു ലഭിക്കുന്ന മാർഗ്ഗവും അങ്ങനെതന്നെ. സമ്പത്തും സൗഭാഗ്യവും അധികാരവുമാണ് ചിലർക്ക് ആനന്ദമെങ്കിൽ മറ്റുചിലർക്ക് മദ്യമോ ഭക്തിയോ മറ്റു ലഹരിവസ്തുക്കളോ പ്രിയതരമായ ഭക്ഷണമോ ആനന്ദാവസ്ഥ സൃഷ്ടിക്കും. ഇനിയും ചിലർക്ക് പ്രിയപ്പെട്ടവരുമായുള്ള കാമകേളിയിലെ രതിമൂർച്ഛയാകാം ആനന്ദഹേതു. അങ്ങനെയങ്ങനെ പരമാനന്ദം പകരുന്ന ഘടകങ്ങൾ നിരവധിയാണ്. ഇങ്ങനെ ലഭിക്കുന്ന ആനന്ദമൂർച്ഛ നിമിഷങ്ങളിലേക്കല്ല, ദിവസങ്ങളിലേക്കോ വർഷങ്ങളിലേക്കോ അല്ല, അതങ്ങനെ നിങ്ങളുടെ ജീവിതകാലം മുഴുവൻ അഭംഗുരം തുടരുന്നു. അതാണ് പരമാനന്ദം. ആ ആനന്ദപാരമ്യം എന്ന അവസ്ഥ നിങ്ങൾ സ്വയം സൃഷ്ടിക്കുന്നതാണ്. അതു നിങ്ങളുടേതാണ്. എപ്പോഴും ഇപ്പോഴും അത് നിങ്ങളെ വിളിച്ചുകൊണ്ടേയിരിക്കുന്നു. അതു ലഭിക്കാൻ നിങ്ങൾക്കാഗ്രഹമില്ലേ... പറയൂ.”

“ഉണ്ട്, ഉണ്ട്.”

ജനം ഒന്നായി മറുപടി പറഞ്ഞു.

ആര്യഗുരു ആഹ്ലാദം പൂണ്ടു.

“അതിനുള്ള മാർഗ്ഗമാണ് ഞാൻ പറഞ്ഞത് - മൃത്യുസൂത്രം.”

ഒരു നിമിഷം നിർത്തിയശേഷം ഗുരു തുടർന്നു:

“ജീവൻ വേർപ്പെടുന്ന ഒരു നിമിഷാർദ്ധത്തെ പിൻപറ്റിയാണ് നാമെല്ലാം ജീവിക്കുന്നത്. ആ നിമിഷം എപ്പോഴെങ്കിലും പ്രകൃതി സൃഷ്ടിച്ചു തരുന്നതുവരെ നാം കാത്തിരിക്കുന്നു. ഇവിടെ അങ്ങനെയൊരു നിമിഷം നാം സ്വയം സൃഷ്ടിക്കണമെന്നേയുള്ളൂ. പ്രകൃതിയുടേതല്ലാത്ത ഒരു നിമിഷം സൃഷ്ടിച്ച് ഈ ജീവനെ മടക്കിക്കൊടുത്ത് സ്വതന്ത്രരായി അനന്തതയുടെ ആര്യാംശമായി പരമപദത്തിലെത്തുക. പിന്നെ ജനിമൃതികളില്ല. ദുഃഖദുരിതങ്ങളില്ല. സുഖാന്തസുഖങ്ങളുടെ സുഖദോന്മാദം മാത്രം. ആനന്ദം, പരമാനന്ദം.”

ജനം അപ്പോഴും വിഭ്രമത്തിലായിരുന്നു. ഒരുതരം മതിഭ്രമം. അതു മനസ്സിലാക്കിയ ഗുരു കുറേക്കൂടി തെളിച്ചുപറഞ്ഞു:

“മരണത്തിന്റെ നിമിഷം കാത്താണ് നാം ജീവിക്കുന്നത്. അവിടെയാണ്, അവിടെ മാത്രമാണ്, മരണത്തിൽമാത്രമാണ്, നമ്മുടെ മോചനം. മരണം അനിവാര്യമല്ലേ? എന്നെങ്കിലും ഒരിക്കൽ നാം മരിക്കുമല്ലോ? പിന്നെന്തിനാണ് അതുവരെ ഇങ്ങനെ കഷ്ടപ്പെട്ടു നാം ജീവിക്കുന്നത്. തിന്നും കുടിച്ചും ചിലപ്പോൾ തിന്നാതെയും കുടിക്കാതെയും വേദനിച്ചും വേദനിപ്പിച്ചും എന്തിനിങ്ങനെ കഷ്ടപ്പെടുന്നു? എന്തായാലും ഒരിക്കൽ നാം മരിക്കണം. എങ്കിൽ ഇപ്പോൾത്തന്നെ അങ്ങു മരിക്കുക.”

അനന്തതയിലേക്ക് നോക്കി അദ്ദേഹം തുടർന്നു:

“മരണം എത്ര സുഖകരമായ അനുഭവമാണെന്നോ? വിഭ്രാമകമായൊരു വിസ്മൃതിയാണത്. മരിച്ചു കഴിഞ്ഞാൽ നാം അനന്തതയുടെ ആര്യാംശമാകും. മരണാനന്തരം സുഖാന്തസുഖങ്ങളുടെ സുഖദ മുഹൂർത്തങ്ങളിൽ മാത്രം കഴിയാം. ആ പരമാനന്ദത്തിലെത്താനുള്ള ഏകവഴിയാണ് മൃത്യുസൂത്രം.”

ധ്യാനധ്വനികളാണ് പിന്നീട് ആര്യഗുരുവിൽനിന്ന് ഒഴുകിവീണത്: “മരിക്കുക, പ്രകൃതി ജീവനെടുക്കുന്നതിനു മുമ്പേ നാം മരിക്കുക. എത്രയും വേഗം ആ നിമിഷം സ്വയം സൃഷ്ടിക്കുക. മരിച്ചു രക്ഷപ്പെടുക. ഈ പ്രപഞ്ചത്തിൽ മരണത്തിലൂടെ മാത്രമേ നിങ്ങൾക്കു മോചനമുള്ളൂ. അതാണ് പരമമായ സത്യം.”

ആര്യഗുരുവിന്റെ വിശദവ്യാഖ്യാനം ഉൾക്കൊണ്ടപ്പോൾ ജനത്തിനു വിശ്വാസമായി. ആശ്വാസത്തിന്റെ അലകൾ ജനസമുദ്രത്തിൽ മെല്ലെ ഉയർന്നുപൊങ്ങി.

അതിദിവ്യപ്രകാശം ദർശിച്ചതുപോലെ മേഘരൂപൻ കണ്ണുകൾ ചിമ്മി. അവൻ ഗുരുപാദത്തിൽ വീണു നമസ്കരിച്ചു പറഞ്ഞു:

“ഗുരോ, പരമമായ മൃത്യുസൂത്രം ശ്രവിച്ച് ഞാൻ ധന്യനായി. രക്ഷാമാർഗ്ഗം അവിടുന്ന് ഉപദേശിച്ചതല്ലാതെ മറ്റൊന്നില്ലെന്ന്

ബോദ്ധ്യമായി. ആ സത്യം ശ്രവിച്ച എന്റെ മനുഷ്യരും പരമപദത്തി ലെത്താൻ ആഗ്രഹിക്കുന്നു.''

അപ്പോഴും ഗുരു ചിരിക്കുകയായിരുന്നു. ഏറെക്കഴിഞ്ഞ് അദ്ദേഹം മേഘരൂപനോടു പറഞ്ഞു:

''സത്യത്തിന്റെ നിറവും ഉരച്ചുനോക്കണം. മൃത്യുസൂത്രം പൂർണ്ണ മായും സ്വീകാര്യമാണോ എന്നവർ, നിന്റെ മനുഷ്യർ, ചിന്തിക്കട്ടെ.''

അതു കേട്ടതോടെ മേഘരൂപൻ വിഷണ്ണനായി ചോദിച്ചു:

''ഗുരോ, അങ്ങ് ഞങ്ങളെ സംശയിക്കുന്നതായി തോന്നുന്നു. അവിടുത്തെ വാക്കുകൾക്കതീതമായ സത്യമില്ല എന്ന് ഞങ്ങൾക്ക റിയാം. എന്നിട്ടും ഞങ്ങൾ ഇതേക്കുറിച്ച് ഇനിയും ചിന്തിക്കണോ?''

''വേണം മേഘരൂപാ...''

ആര്യഗുരു മേഘരൂപനെ തലോടിക്കൊണ്ട് പറഞ്ഞു:

''നിന്റെ മനുഷ്യരുടെയെല്ലാം അന്ത്യവിധിയുടെ ന്യായാന്യായ ങ്ങൾ ഇതിൽ അന്തർഭവിച്ചിരിക്കുന്നു. സ്വയചിന്തയ്ക്കാണിവിടെ പ്രസക്തി. അതുകൊണ്ട് എല്ലാവരും ചിന്തിക്കട്ടെ. തീരുമാനം ഏക മാണെങ്കിൽ ഞാൻതന്നെ കർമ്മിയായി അവരെ പരമപദത്തിലെ ത്തിക്കാം.''

ഗുരു അത്രയും പറഞ്ഞപ്പോൾ മേഘരൂപനും തോന്നി അതു ശരിയാണെന്ന്. ഓരോരുത്തരുടേയും അന്ത്യവിധിയെപ്പറ്റി ചിന്തി ക്കാനും തീരുമാനമെടുക്കാനുമുള്ള അവകാശവും സ്വാതന്ത്ര്യവും മൗലികമായിരിട്ടെ.

മേഘരൂപൻ ജനങ്ങളെനോക്കി.

അപ്പോഴും അവർ ആര്യഗുരുവിന്റെ പാദങ്ങളെ സങ്കല്പിച്ച് നമസ്കരിച്ചുകിടക്കുകയായിരുന്നു. അവരെ വിളിച്ചുണർത്തി മേഘ രൂപൻ പറഞ്ഞു:

''മൃത്യുസൂത്രം ശ്രവിക്കാൻ ഭാഗ്യമുണ്ടായ നാം, ആ പരമസത്യ ത്തിലൂടെ രക്ഷപ്പെടണോ, വേണ്ടയോ എന്ന് തീരുമാനിക്കൂ.''

മേഘരൂപൻ അത്രയും പറഞ്ഞപ്പോഴേക്കും ''രക്ഷപ്പെടണം. രക്ഷപ്പെടണം'' എന്ന് ജനങ്ങൾ ആർത്തുവിളിച്ചു. എങ്കിലും അവൻ തുടർന്നു:

''കേട്ടമാത്രയിൽ തന്നെ അങ്ങനെയൊരു തീരുമാനത്തിലെത്താൻ പാടില്ല. ഇന്ന് നമുക്ക് സ്വസ്ഥമായി ഇതേപ്പറ്റി ചിന്തിക്കാം. എന്നിട്ട് സ്വന്തം തീരുമാനങ്ങളുമായി നാളെ ഈ സമയത്ത് ഇവിടെ എത്തുക. എല്ലാവരുടേയും തീരുമാനം ഏകമാണെങ്കിൽ ഗുരുതന്നെ നമ്മുടെ രക്ഷാനിമിഷങ്ങൾക്കു വഴിതുറക്കാമെന്നും സാക്ഷ്യം വഹിക്കാ മെന്നും കർമ്മിയാകാമെന്നും ഏറ്റിട്ടുണ്ട്.''

അതുപറഞ്ഞപ്പോൾ പെട്ടെന്നാണ് മേഘരൂപൻ സാത്യകനെ ഓർത്തത്. അങ്ങനെ ഓർക്കാൻ കാരണം, ഇക്കാര്യത്തിൽ സ്വന്തം തീരുമാനം എന്തെന്ന് ഒരു നിമിഷം അവൻ ചിന്തിച്ചുപോയി. ഇന്നു വരെ സ്വന്തമായി, സ്വതന്ത്രമായി ഒന്നും തീരുമാനിച്ചിട്ടില്ല. എല്ലാം സാത്യകനുമായി ആലോചിച്ചു മാത്രമേ ചെയ്തിട്ടുള്ളൂ. എന്നാൽ ഇപ്പോൾ...

എന്തോ മഹാപരാധം ചെയ്യുന്നതായി മേഘരൂപന് തോന്നി. സാത്യകനില്ലാതെ എന്തെങ്കിലും തനിച്ച് ചെയ്യാനാവുമോ? മേഘരൂപൻ സ്വയം അപഗ്രഥിക്കാൻ നോക്കി.

സാധ്യമല്ല എന്നായിരുന്നു അവന്റെ അന്തിമ തീർപ്പ്.

സാത്യകനെ കണ്ടേ പറ്റൂ.

സാത്യകനെവിടെ?

അവനോട് ആലോചിക്കാതെ ഒരു തീരുമാനവുമില്ല.

സാത്യകൻ ഇവിടെ എവിടെയെങ്കിലും കാണുമോ?

പിരിയാൻ തുടങ്ങുന്ന ജനക്കൂട്ടത്തിലേക്കു വിഷണ്ണനായി മേഘരൂപൻ ഉറ്റുനോക്കി.

ഇല്ല. സാത്യകൻ അവർക്കിടയിലില്ല.

അവൻ നാലുപാടും പരതി.

ഇല്ല, സാത്യകൻ എങ്ങുമില്ല.

മേഘരൂപന്റെ പാരവശ്യംകണ്ട് ആര്യഗുരു പറഞ്ഞു:

''മേഘരൂപാ നീയും പോകൂ.''

എന്നിട്ട് ഗുരു പിന്തിരിഞ്ഞു നടക്കാൻ തുടങ്ങി.

അതുകണ്ട് മേഘരൂപൻ തിരക്കി:

''അങ്ങ് എവിടേക്കു പോകുന്നു?''

ഗുരു ഗൂഢമായി ചിരിച്ചു:

''ഒരിടത്തേക്കുമില്ല. എന്നാൽ എല്ലായിടത്തേക്കും.''

അവ്യക്തതയുടെ അഗാധതയിലാണ്ടുപോയ ആ മറുപടിയിൽ തൃപ്തി അഭിനയിച്ചു മടങ്ങേണ്ടിവന്നു മേഘരൂപന്. കാരണം അവന്റെ മനസ്സ് അത്രയേറെ അസ്വസ്ഥപൂർണ്ണമായിരുന്നു; സാത്യകനെച്ചൊല്ലി.

എവിടെ സാത്യകൻ എന്നറിഞ്ഞേ തീരൂ.

എങ്ങോട്ടെന്നില്ലാതെ അവൻ നടന്നു തുടങ്ങി.

പന്ത്രണ്ട്

കാവിക്കുന്നിലെ മനുഷ്യർ വിഭ്രാമകമായൊരു വിസ്മയത്തിലായിരുന്നു. മോചനത്തിന്റെ പുലരിയാണ് നാളെ. സമസ്ത ദുരിതങ്ങളിൽ നിന്നുമുള്ള മോചനം. പരമാനന്ദത്തിന്റെ പാരമ്യത്തിലേക്കുള്ള പ്രയാണം. പാരമ്പര്യങ്ങൾക്ക് മുറിവേറ്റകാര്യം അവർ മറന്നു. കാവിക്കുന്നിനെ അവർ മറന്നു. പരമപദം മാത്രമായിരുന്നു അവരുടെ മനസ്സിലും സ്വപ്നങ്ങളിലും.

പതിമ്മൂന്ന്

കിണർ കുഴിക്കലോ മണ്ണു ചുമക്കലോ ഇല്ലാത്ത കാവിക്കുന്നിലെ ആദ്യ രാത്രി. പ്രയത്നങ്ങളുടെ പ്രജ്ഞയറ്റ കാവിക്കുന്നിലെ ആദ്യ രാത്രി. ആരും ആരെയും അറിയാത്ത കാവിക്കുന്നിലെ ആദ്യരാത്രി.

എന്നാൽ എല്ലാം അറിയുന്നവനായി ഒരാളുണ്ടായിരുന്നു കാവിക്കുന്നിൽ. മേഘരൂപനോ ആര്യഗുരുവോ സാത്യകനോ അറിയാത്ത ഒരാൾ; അയാൾക്കു പിന്നിൽ അയാളെപ്പോലെ എണ്ണമറ്റ അനേകരും.

പതിന്നാല്

മേഘരൂപൻ അസ്വസ്ഥനായിരുന്നു. കാവിക്കുന്നിലെ കോടാനുകോടി മനുഷ്യരെ മരണത്തിനായി, സ്വയംഹത്യയ്ക്കായി, പ്രേരിപ്പിക്കുന്നു എന്ന ചിന്ത ആസന്നമായ പരമാനന്ദലഹരിക്കിടയിലും അവനെ ഗൂഢമായി അലട്ടിക്കൊണ്ടിരുന്നു. ദിക്കറിയാത്ത കൊടുംവനത്തിൽ കൂരിരുൾ നിറഞ്ഞ രാത്രിയിൽ കാട്ടുമൃഗങ്ങൾക്കു നടുവിലായ ഏകാന്തപഥികനെപ്പോലെ അവൻ നിന്നുവിറച്ചു.

എന്റെ മനുഷ്യരെ മരണത്തിന് പ്രേരിപ്പിക്കുന്നത് ഞാനല്ലല്ലോ എന്ന ചിന്ത അല്പം ആശ്വാസം പകർന്നെങ്കിലും അതിൽ സ്വയം വഹിക്കുന്ന പങ്കിനെക്കുറിച്ചോർക്കുമ്പോഴൊക്കെ അവൻ തകർന്നുകൊണ്ടിരുന്നു. കാവിക്കുന്നിൽ നാളെ എന്താണ് സംഭവിക്കുന്നതെന്നുപോലും സങ്കല്പിക്കാൻ അവനു ധൈര്യം പോരാ. സാത്യകനുണ്ടായിരുന്നെങ്കിൽ, അവൻ ആശിച്ചു.

എങ്കിൽ എത്ര ആശ്വാസമായിരുന്നു. എന്തിനും ഏതിനും അവനൊരു പോംവഴി കണ്ടെത്തും.

സ്വന്തം ചെയ്തികൾ പൂർണ്ണമായും ശരിയാണെന്ന് ബോധ്യമായിരുന്നിട്ടുകൂടി ഇങ്ങനെയൊരു മനശ്ചാഞ്ചല്യം എന്തുകൊണ്ടുണ്ടാകുന്നു എന്ന് അവന് മനസ്സിലായില്ല.

എത്ര അസ്വസ്ഥപൂർണ്ണമായ മനസ്സിനേയും ശാന്തമാക്കാൻ സാത്യകനു കഴിയും. അവനെവിടെ?

ഗുരുവിനെ കണ്ടതിൽപിന്നെ സാത്യകനെ അടുത്തു കാണുകയോ സംസാരിക്കുകയോ ചെയ്തിട്ടില്ലെന്നോർത്തപ്പോൾ മേഘരൂപന്റെ ഹൃദയത്തിലെവിടെയോ ഒരു മുറിവുപൊട്ടി. അതിൽനിന്ന് രക്തം കിനിയുന്നു. വേദനിക്കുന്നു.

സാത്യകനെ കണ്ടേ തീരൂ. മേഘരൂപന്റെ മനസ്സ് വിങ്ങി. അവനെ കാണാതെ പറ്റില്ല. ജ്വരബാധിതനെപ്പോലെ മേഘരൂപൻ, സാത്യകന്റെ പേര് മന്ത്രിച്ചുകൊണ്ട് നടക്കാൻ തുടങ്ങി.

പതിനഞ്ച്

കുന്നുകളും താഴ്‌വരകളും കയറിയിറങ്ങി മേഘരൂപന്റെ കാലു കഴച്ചു. അരുവികളും തടാകങ്ങളും നീന്തിനീന്തി മേഘരൂപന്റെ ഉടലു കുഴഞ്ഞു.

എവിടെ, എവിടെയാണെന്റെ സാത്യകൻ?

അവൻ വിലപിച്ചുകൊണ്ടേയിരുന്നു.

ഒടുവിൽ ആര്യവനത്തിന്റെ ആരംഭത്തിലേക്കു കടന്നപ്പോൾ അവനു സഹിക്കാൻ കഴിഞ്ഞില്ല.

കാട്ടിലെ മൂളാത്ത മുളങ്കാടുകളെ നോക്കി അവൻ ചോദിച്ചു:

“കാടുകളേ, മുളങ്കാടുകളേ, നിങ്ങളെന്റെ സാത്യകനെ കണ്ടോ.”

മുളംകാടുകൾ മൂളുകപോലും ചെയ്തില്ല.

മേഘരൂപൻ വനത്തിലേക്കു കടന്നു. പക്ഷേ അവൻ വനം കണ്ടില്ല. വിടർന്ന പൂക്കൾ ചൂടിയ വള്ളികളും വള്ളികളെ വാരിച്ചുറ്റിയ വന്മരങ്ങളും മേഘരൂപന്റെ വനപ്രവേശം കണ്ട് വിങ്ങുന്നതുപോലും അവൻ ശ്രദ്ധിച്ചില്ല.

അവൻ പൂക്കളോടും പൂവിട്ട വള്ളികളോടും തിരക്കി:

“നിങ്ങളെന്റെ സാത്യകനെ കണ്ടോ?”

അവയൊന്നും സാത്യകനെക്കുറിച്ച് ഗന്ധസൂചനപോലും നൽകിയില്ല.

അവൻ ചോലവൃക്ഷങ്ങളോടും വാനത്തോടും തിരക്കി:

“നിങ്ങളെന്റെ സാത്യകനെ കണ്ടോ?”

അവയും ശബ്ദിച്ചില്ല.

അവൻ കാറ്റിനോടും വെളിച്ചത്തോടും തിരക്കി:

“കണ്ടുവോ, നിങ്ങളെന്റെ സാത്യകനെ?”

അവയും മേഘരൂപനെ ശ്രദ്ധിച്ചില്ല.

സാത്യകനെക്കുറിച്ച് ആരും ഒന്നും പറഞ്ഞില്ലെങ്കിലും അവൻ ആരോടും എന്തിനോടും സാത്യകനെപ്പറ്റി ചോദിച്ചുകൊണ്ടേയിരുന്നു.

ഒടുവിൽ ചോദിക്കാൻ ശബ്ദങ്ങളില്ലാതെ, ആംഗ്യത്തിന് പ്രജ്ഞയില്ലാതെ, ചലിക്കാൻ ശക്തിയില്ലാതെ, അസഹ്യമായ ധർമ്മസങ്കടങ്ങളിൽപ്പെട്ട് അവൻ ആ കാനനമദ്ധ്യത്തിൽ വീണുപോയി. അപ്പോഴും അവന്റെ ഹൃദയം സാത്യകാ, സാത്യകാ എന്നു സ്പന്ദിക്കുകയായിരുന്നു.

പതിനാറ്

സൂര്യനേയും സൗരയൂഥത്തെ ആകെത്തന്നെയും ശപിച്ചുകൊണ്ട് ഭ്രമണാനുഷ്ഠാനത്തോടെ ശയനപ്രദക്ഷിണം ചെയ്യുന്ന ഭൂമിയെ ആര്യഗുരു നോക്കിനിന്നു:

''തെറ്റുകൾക്കു ശിക്ഷയുണ്ട്, വസുന്ധരേ.''

അദ്ദേഹം സ്വകാര്യമായി ഭൂമിയോടു പറഞ്ഞു:

''നിന്നെ ഹൃദയത്തിൽ സൂക്ഷിച്ച സൂര്യനെ എത്രമാത്രം മുറിവേല്പിച്ചുകൊണ്ടാണ് നീ ഓടിപ്പോന്നത്. അതിനു തക്ക ശിക്ഷയും നിനക്കു കിട്ടണ്ടേ? കിട്ടി.''

ആര്യഗുരുവിന്റെ വാക്കുകൾ ഭൂമിയെ വല്ലാതെ വേദനിപ്പിച്ചെന്നു തോന്നി. കലങ്ങിയ ആ കണ്ണുകളും സ്വതേ രൂക്ഷമായ ആ നോട്ടവും പെട്ടെന്ന് ദൈന്യമാകുന്നത് അദ്ദേഹം കണ്ടു.

ആര്യഗുരുവിന് ഭൂമിയോട് സഹതാപമായി; സൂര്യനോടു കടുത്ത കോപവും.

''സൂര്യാ, ഇത്ര വലിയ ശിക്ഷ വേണോ? സ്വയം പീഡനത്തിന്റെ തിക്തത അസഹ്യമായപ്പോൾ ഈ വസുന്ധര ചെയ്തിരിക്കുന്നതെന്താണെന്ന് കണ്ടോ. അവളിൽ കുരുത്ത സർവ്വ മനുഷ്യരേയും ഭൂമി ശപിച്ചിരിക്കുന്നു. തീരാദുഃഖങ്ങളും ദുരിതങ്ങളും അവർക്ക് അനിവാര്യമാക്കിയിരിക്കുന്നു. കൊടും യാതനയും അതികഠിന പ്രയത്നവുമാണ് ഭൂമി അവർക്ക് വിധിച്ചിരിക്കുന്ന ശിക്ഷ.''

ആര്യഗുരു സൂര്യനെ നോക്കി ഏറെനേരം മൗനമായിനിന്നശേഷം ദൃഢമായി പറഞ്ഞു:

''സൂര്യാ, ഞാൻ ഈ മനുഷ്യരെയെല്ലാം രക്ഷപ്പെടുത്താൻ പോകുന്നു. പിന്നെ ഈ ഭൂമി തനിച്ചാവും. ഏകാന്തയായി എത്ര നാൾ അവൾക്കിവിടെ കഴിയാനാവും. സൂര്യാ, നിന്റെ ദയയ്ക്കായി തപം ചെയ്യുന്ന ഈ ഭൂമിയെ ഇനിയെങ്കിലും രക്ഷിക്കൂ.''

ആര്യഗുരു ഒറ്റക്കാലിൽ ഒറ്റവിരലിൽനിന്നുകൊണ്ട് മൂർദ്ധാവിനു മീതെ കൈകളുയർത്തി ഭൂമിക്കുവേണ്ടി സൂര്യനോടു യാചിച്ചു.

ഒടുവിൽ ആരുടെയോ വിതുമ്പലിന്റെ വിങ്ങൽകേട്ടാണ് അദ്ദേഹം കൺതുറന്നത്. അപ്പോൾ കണ്ടതോ- ഭൂമി അതിന്റെ ആത്മാവിന്റെ ആഴങ്ങളിലേക്കു വിലാപഗീതിയായി ഉൾവലിയുന്നു.

''കരയരുതേ.''

ആര്യഗുരു ഭൂമിയോടു പറഞ്ഞു.

''നിന്നെ ഏകാന്തയാക്കാനല്ല എന്റെ ശ്രമം. ഈ മനുഷ്യരെ രക്ഷിക്കാൻ മാത്രമാണ് ഞാൻ ആഗ്രഹിക്കുന്നത്.''

അതു പറഞ്ഞതിനുശേഷം ആര്യഗുരു അധികനേരം ഭൂമിയെ നോക്കിനിന്നില്ല. ഭൂമിയുടെ ശോകമൂക ഭാവം, സ്വന്തം മനസ്സ് മാറ്റി യാലോ എന്ന് അദ്ദേഹം ഭയന്നു. ലക്ഷ്യവും ചിന്തയും മുഴുവൻ നാളെ അനുഷ്ഠിക്കാൻ പോകുന്ന ശുദ്ധികർമ്മത്തിലേക്കു കേന്ദ്രീ കരിച്ചു. ഈ ഭൂമിയിലെ സർവ്വ മനുഷ്യരും രക്ഷപ്പെടുക. അവരെ രക്ഷപ്പെടുത്തുക. എത്ര വിശുദ്ധമായൊരു കർമ്മമാണത്.

പതിനേഴ്

ആര്യഗുരു ആത്മഹർഷത്തിലായിരുന്നു. സ്വപ്നാടകനെപ്പോലെ യായിരുന്നു അദ്ദേഹത്തിന്റെ അലസഗമനം. മനുഷ്യഗന്ധം നിറഞ്ഞ ഭൂമിയിലെ അവസാന ദിവസമാണ് ഇന്നത്തേതെന്ന് പെട്ടെന്ന് ഓർത്തപ്പോൾ അദ്ദേഹം ഒന്നു ഞെട്ടി. പിന്നെ സ്വയം സമാധാനിച്ചു. പൂർണ്ണമായും ശരിയെന്നു തോന്നുന്ന മഹത്തായൊരു യജ്ഞമാണ് സ്വയം അനുഷ്ഠിക്കുന്നത്. പശ്ചാത്തപിക്കേണ്ട കാര്യമില്ല.

ആത്മാവിന്റെ ആഴങ്ങളിൽ അദ്ദേഹം സത്യത്തിന്റെ പൊരുൾ തേടി. ആനന്ദത്തിന്റെ ആത്മാലാപങ്ങളാണ് മറുമൊഴിയായി ശ്രവി ച്ചത്. എല്ലാ സത്യങ്ങളും ആ നാദബ്രഹ്മത്തിലടങ്ങിയിരിക്കുന്നു. ന്യായാന്യായങ്ങളുടെ പൊരുളുപോലും അവിടെ അലിഞ്ഞലിഞ്ഞ് ആര്യാംശമായി മാറുന്നു.

ആര്യഗുരു സ്വന്തം അനുഷ്ഠാന ദർശനങ്ങളെ സ്വയം വ്യാഖ്യാ നിച്ചു സമാധാനിച്ചു.

ന്യായവും അന്യായവും ആപേക്ഷികമാണ്. വീക്ഷിക്കുന്നവ രുടെ മനോനിലയിൽ ഏതു ശരിയെന്നു തോന്നുന്നുവോ അതാണ് ന്യായം. തെറ്റെന്നു തോന്നുന്നത് അന്യായവും.

അതു പലയാവർത്തി മനനം ചെയ്തു.

തീരുമാനവും ചെയ്തികളും പൂർണ്ണമായും ശരിയാണെന്നുറ പ്പായപ്പോൾ ആര്യഗുരു പ്രയാണത്തിന് വേഗം കുറച്ചു. സാവധാനം ചുറ്റും നോക്കി. അപ്പോഴാണ് നടന്നുനടന്ന് ആര്യവനത്തിലെത്തി എന്ന് അദ്ദേഹം അറിഞ്ഞത്.

അതിനിടയിൽ തികച്ചും അപ്രതീക്ഷിതമായി ആ കാഴ്ച കണ്ടു, മേഘരൂപൻ അനാഥനെപ്പോലെ വഴിയിൽ വീണു കിടക്കുന്നു.

അദ്ദേഹം അവനരികെ മുട്ടുകുത്തിയിരുന്നു. അവന്റെ തളർന്ന ദേഹം തലോടിയപ്പോഴേ മനസ്സിലായി. അന്വേഷണത്തിന്റെ ആലസ്യം

ആണിവന്. സാത്യകനെ കാണാനുള്ള വ്യഗ്രതകൊണ്ടുള്ള തളർച്ച യാണിത്. പാവം! ആത്മമിത്രത്തെ കാണാഞ്ഞ് വല്ലാതെ തളർന്നിരിക്കുന്നു.

ആര്യഗുരുവിന് മേഘരൂപനോട് അനുകമ്പ തോന്നി. അദ്ദേഹം സർവ്വവ്യാപിയായ കാറ്റിനോടു കല്പിച്ചു: എവിടെ സാത്യകനെന്നു തിരക്കി മേഘരൂപനെ അറിയിക്കാൻ. എന്നിട്ടവനെ വാത്സല്യപൂർവ്വം ഒന്നുകൂടി തഴുകിയിട്ട് അദ്ദേഹം കാറ്റിനോടു വീണ്ടും പറഞ്ഞു:

“കാറ്റേ, ഇവനെ നീ കരയിക്കരുതേ.”

പതിനെട്ട്

മഞ്ഞപ്പൂക്കൾ നിറഞ്ഞ മന്മഥന്റെ മദമണ്ഡപത്തിൽ നഗ്നകളായ നാഗകന്യകമാരൊത്തുള്ള മദനോത്സവസ്വപ്നത്തിനിടയിലാണ് ചിരപരിചിതമായ ഗന്ധം മേഘരൂപനെ ചൂഴ്ന്നത്. പ്രിയപ്പെട്ട ആരുടെയോ ഗന്ധം.

സാത്യകന്റെ ഗന്ധമല്ലേ ഇത്? മേഘരൂപൻ കാറ്റിനെ ഉള്ളിലേക്കാവാഹിച്ചു. പെട്ടെന്ന് മനസ്സിലായി. അതെ. സാത്യകന്റെ ഗന്ധംതന്നെ.

മേഘരൂപൻ ഉറക്കത്തിൽനിന്ന് ഞെട്ടിയുണർന്നു. ഉന്മത്തനെപ്പോലെ അവൻ വിളിച്ചലറി:

"സാത്യകാ.. സാത്യകാ..."

കാട്ടിൽ കാടല്ലാതെ മറ്റാരും ആ വിളി കേട്ടില്ല. അപ്പോഴും സാത്യകന്റെ ഗന്ധം അവിടമാകെ നിറഞ്ഞുകൊണ്ടിരുന്നു.

അവൻ കാറ്റിനോട് കരഞ്ഞു:

"കാറ്റേ... കാറ്റേ.... എവിടെനിന്നാണ് നിനക്കീ ഗന്ധം കിട്ടിയത്, എന്റെ സാത്യകന്റെ ഗന്ധം! എനിക്കു നീ വഴി കാട്ടൂ. എന്റെ സാത്യകന്റെ സന്നിധിയിലേക്ക് എന്നെ നയിക്കൂ."

മേഘരൂപന്റെ മുന്നിൽ എന്തു ചെയ്യണമെന്നറിയാതെ കാറ്റ് ഒരു നിമിഷം പകച്ചു. എന്നിട്ട് ഒരു ഭാഗത്തേക്ക് ഊർന്നുവീശി.

കാറ്റുകാട്ടിയ വഴിയെ അവൻ നടന്നു. സാത്യകന്റെ ഗന്ധം തീക്ഷ്ണമായി പ്രവഹിച്ചുകൊണ്ടിരുന്ന ഗുഹക്കു മുന്നിലെത്തിയപ്പോൾ കാറ്റു പെട്ടെന്നു നിശ്ചലമായി. പിന്നെ സാവകാശം ഗുഹയിലേക്ക് ഉൾവലിഞ്ഞു തുടങ്ങി.

മേഘരൂപനു കാര്യം മനസ്സിലായി. സാത്യകൻ ഗുഹയ്ക്കുള്ളിലുണ്ട്.

തടഞ്ഞു നിർത്തിയ പ്രവാഹം മുറിഞ്ഞൊഴുകുന്നതുപോലെയാണ് മേഘരൂപൻ ഗുഹക്കുള്ളിലേക്കു പാഞ്ഞുകയറിയത്. ഇരുണ്ട

ഗുഹയ്ക്കുള്ളിൽ എവിടെയെല്ലാം തിരഞ്ഞു. ഒടുവിൽ തിളങ്ങുന്ന ഒരു സ്ത്രീശരീരത്തെ പുണർന്നുറങ്ങുന്ന സാത്യകനെ കണ്ട് മേഘരൂപൻ ഞെട്ടിപ്പോയി. ഗായത്രി... ഞങ്ങളുടെ കാമുകി.

മറ്റെല്ലാം മറന്ന മേഘരൂപന് കഠിനമായ കോപംതോന്നി. രണ്ടുപേർക്കും തുല്യമായി അനുഭവിക്കാനുള്ള സ്വത്ത് ഒരാൾ മാത്രം രഹസ്യമായി കവർന്നെടുത്തിരിക്കുന്നു. ആരു സഹിക്കുമിത്?

ഉള്ളിൽ പുകഞ്ഞുവന്ന കോപത്തെ മേഘരൂപൻ ഒരു നിമിഷം അടക്കി. സാത്യകൻ ഇങ്ങനെയായിരുന്നില്ല. പാരമ്പര്യങ്ങൾക്ക് ക്ഷതമേറ്റപ്പോൾ, കാവിക്കുന്നിലെ ആചാരാനുഷ്ഠാനങ്ങൾ മുറിഞ്ഞപ്പോൾ ഇവിടുത്തെ നീതിനിഷ്ഠയുടെയും ധർമ്മചര്യകളുടേയും വേരറ്റുപോയോ?

മേഘരൂപന്റെ കോപം സങ്കടമായി മാറി. അപ്പോഴാദ്യമായി പാരമ്പര്യങ്ങൾ ലംഘിച്ചതിൽ അവൻ പശ്ചാത്തപിക്കുകയും സ്വയം കുറ്റപ്പെടുത്തുകയും ചെയ്തു. അതെല്ലാം ഒരു നിമിഷത്തേക്കു മാത്രമായിരുന്നു. അടുത്ത നിമിഷത്തിൽ അപരിചിതമായ, അവ്യക്തമായ, നിസ്സംഗത അവനെ ചൂഴ്ന്നു. ഗായത്രിയിലേക്ക് പ്രവേശിച്ച സാത്യകനെ അവൻ നിർന്നിമേഷം നോക്കിനിന്നു. ഒടുവിൽ സ്വയമറിയാതെയാണ് മേഘരൂപന്റെ ആത്മാവിന്റെ വിളി നാവിൽനിന്ന് പുറത്തേക്കു തുളുമ്പിയത്:

''സാത്യകാ...''

വളരെ പതുക്കെയായിരുന്നെങ്കിലും ഗുഹയ്ക്കുള്ളിൽ ആ ശബ്ദം ധ്വനികളും പ്രതിധ്വനികളും സൃഷ്ടിച്ചു. ഏറെ കാത്തിട്ടും ശമിക്കാതെ ആ ശബ്ദം വീണ്ടും ധ്വനി-പ്രതിധ്വനികളായി പെരുകിയപ്പോൾ മേഘരൂപൻ ഭയന്നുപോയി. സംഭ്രമത്തോടെ അവൻ വീണ്ടും വിളിച്ചു:

''സാത്യകാ...''

ഇത്തവണ സാത്യകൻ ഉണരുകതന്നെ ചെയ്തു; ഒപ്പം ഗായത്രിയും. ഇരുളിൽ അവരുടെ നഗ്നത ഉലഞ്ഞു. അതിനേക്കാൾ ഉലഞ്ഞതു സാത്യകന്റെ മനസ്സായിരുന്നു. അത്രയേറെ തകർന്ന ശബ്ദത്തിലാണ് അവൻ മേഘരൂപനോടു ചോദിച്ചത്:

''നീ... നീ, എങ്ങനെ ഇവിടെ വന്നു?''

മറുപടി പറയാതെ മേഘരൂപൻ, സാത്യകനെ തന്നെ നോക്കിനിന്നു. വെറുപ്പും വിദ്വേഷവും നിറഞ്ഞ മുഖം. അസ്വസ്ഥമായ ചലനങ്ങൾ.

മേഘരൂപൻ ഉള്ളിൽ വിലപിച്ചു - ഇവന് എന്തുസംഭവിച്ചു? എന്തൊരു മാറ്റമാണിത്? സൗമ്യനായ, സാത്വികനായ എന്റെ സാത്യകൻ എവിടെ? ഈ ഭീകര മനുഷ്യൻ ആരാണ്?

“ചോദിച്ചതു കേട്ടില്ലേ. നീ എന്തിനിവിടെ വന്നു? എങ്ങനിവിടെ വന്നു?”

സാത്യകന്റെ പരുഷമായ വാക്കുകൾ കേട്ടാണ് അവൻ ചിന്തയിൽ നിന്നുണർന്നത്.

ആർദ്രമായ ശബ്ദത്തിൽ അവൻ വിളിച്ചു: “സാത്യകാ...”

മറുപടി ലഭിച്ചില്ലെങ്കിലും അവൻ പറഞ്ഞുതുടങ്ങി:

“സാത്യകാ... ഞാൻ നിന്നെത്തേടി അലയുകയായിരുന്നു. എനിക്കു നിന്നോടു സംസാരിക്കണം. കാവിക്കുന്നിന്റെ കാര്യത്തിൽ, നമ്മുടെ മനുഷ്യരുടെ കാര്യത്തിൽ നമുക്കൊരു തീരുമാനമെടുക്കണം. അതിനാണ് ഞാൻ വന്നത്.”

“എങ്ങനെ നീ ഇവിടെ വന്നു? അതു പറയൂ. എന്നെ ആരു കാട്ടിത്തന്നു?”

സാത്യകൻ ജ്വലിച്ചുയർന്നപ്പോൾ മേഘരൂപൻ മനസ്സു തുറന്നു:

“നിന്റെ ഗന്ധം നുകർന്ന് ഈ ഉപവനമാകെ ചുറ്റിയടിച്ച കാറ്റ്, എന്റെ പാരവശ്യം കണ്ട് ദയതോന്നി എനിക്കു വഴികാട്ടി.”

മേഘരൂപനെ കാണുന്നതും അവന്റെ വാക്കുകൾ കേൾക്കുന്നതും അസഹ്യമായി തോന്നി സാത്യകന്. ഈ കൂടിക്കാഴ്ചയ്ക്ക് വഴിയൊരുക്കിയത് കാറ്റല്ലേ... സാത്യകന് കാറ്റിനോടു വല്ലാത്ത പക തോന്നി. അവൻ കോപാന്ധനായി അലറി: “കാറ്റേ...”

ഗായത്രിക്കു കാര്യം മനസ്സിലായി. കാറ്റിനെ ശപിക്കാനായി ഉയർത്തിയ സാത്യകന്റെ കയ്യിൽ കടന്നുപിടിച്ചു ഗായത്രി മൊഴിഞ്ഞു:

“സർവ്വവ്യാപിയായ കാറ്റും അങ്ങയെപ്പോലെ സത്യകാമിയാണ്. കാറ്റിനു കള്ളം പറയാനറിയില്ലല്ലോ.”

സാത്യകൻ അല്പം ശാന്തനായി. താഴ്ന്നുവന്ന അയാളുടെ കയ്യിൽ തലോടിക്കൊണ്ട് ഗായത്രി വീണ്ടും പറഞ്ഞു:

“കോപത്തെ അടക്കിയാലും. അദ്ദേഹവും എന്റെ കാമുകനല്ലേ? അങ്ങനെ നിങ്ങൾ ഒന്നല്ലേ?”

സാത്യകൻ അല്പംകൂടി ശാന്തനായി. അതുകണ്ട് മേഘരൂപൻ ചോദിച്ചു:

“സാത്യകാ... എന്തിനാണ് ഈ അകൽച്ച. എന്താണ് എന്റെ അപരാധം. എന്തിന് നീ ഒഴിഞ്ഞുമാറുന്നു? നീ എന്തിനാണ് എന്നെ ഇങ്ങനെ വെറുക്കുന്നത്?”

സാത്യകന് അടക്കാൻ കഴിഞ്ഞില്ല. അവൻ ജ്വലിച്ചു:

“നീ നമ്മുടെ പാരമ്പര്യങ്ങളെ നശിപ്പിച്ചു. കാവിക്കുന്നിലെ അനുഷ്ഠാനങ്ങൾ മുടക്കി. സ്വർഗപാതയുടെ പണി നീ തടഞ്ഞു.”

സാത്യകൻ വീണ്ടും തെറ്റുകളുടെ പട്ടിക നിരത്തി:

"കിണർകുഴിക്കലും മണ്ണെടുക്കലും മണ്ണുചുമക്കലും മാത്രമല്ല കാവിക്കുന്നിന്റെ ഉയരംകൂട്ടൽ പോലും നീ തടഞ്ഞു. അങ്ങനെ ധർമ്മാനുഷ്ഠാനങ്ങളുടെ വേരു നീ അറുത്തു. ആത്യന്തികമായി നീ നമ്മുടെ സ്വർഗപ്രവേശത്തെയാണ് തടഞ്ഞത്."

ഒന്നു നിർത്തി അടക്കാനാവാത്ത വിങ്ങലോടെ സാത്യകൻ ചോദിച്ചു: "എന്നോടൊരു വാക്കുപറയാതെ ഏതോ ഒരു മാന്ത്രികന്റെ പിന്നാലെ നീ പോയില്ലേ?"

അവൻ തുടർന്നു:

"നിനക്ക് എന്നോട് സ്നേഹമുണ്ടായിരുന്നോ? നമ്മുടെ കാവിക്കുന്നിനോട്, നമ്മുടെ മനുഷ്യരോട്... അതിലുപരി നമ്മുടെ പ്രിയപ്പെട്ട ഗായത്രിയെപ്പോലും നീ മറന്നില്ലേ?"

മേഘരൂപന് പെട്ടെന്ന് ഉത്തരം പറയാൻ കഴിഞ്ഞില്ല. സാത്യകന്റെ ചോദ്യങ്ങൾ അവൻ മനസ്സിലിട്ട് മനനം ചെയ്തു. എന്താണ് എന്റെ അപരാധം. അവൻ സ്വയം ചോദിച്ചു. കാവിക്കുന്നിലെ മനുഷ്യരെ രക്ഷിക്കാൻ ശ്രമിച്ചതാണോ എന്റെ തെറ്റ്? നല്ലകാര്യങ്ങൾ മാത്രമേ ഉദ്ദേശിച്ചുള്ളൂ. അതു മാത്രമേ ചെയ്തിട്ടുള്ളൂ. ചെയ്യുന്നുമുള്ളൂ. എന്നിട്ടും...

മേഘരൂപന് അടക്കാൻ കഴിഞ്ഞില്ല. അവൻ ചോദിച്ചു:

"സാത്യകാ, ഞാനെന്താണ് ചെയ്യുന്നതെന്നു നീ കണ്ടോ? എല്ലാവരേയും രക്ഷിക്കുന്നു. അതു തെറ്റാണോ?"

"നീ ആരെ രക്ഷിക്കുന്നു?" സാത്യകൻ ഉറക്കെ ചോദിച്ചു.

"ഞാനും നീയും ഗായത്രിയും ഉൾപ്പെട്ട നമ്മുടെ കാവിക്കുന്നിലെ എല്ലാ മനുഷ്യരേയുമാണ് ഞാൻ രക്ഷിക്കുന്നത്. ഗുരുവിന്റെ അനുഗ്രഹത്താൽ നാം മൃത്യുസൂത്രം ഗ്രഹിച്ച് പരമാനന്ദപദത്തിലേക്കു പോകുന്നു."

സാത്യകൻ കോപംകൊണ്ട് ജ്വലിച്ചു:

"ആരാണ് നിന്റെ ഗുരു? എവിടെയാണ് നിന്റെ പരമാനന്ദം? ഒരിക്കലും തിരിച്ചുവരാനാകാത്ത മരണത്തിനപ്പുറമല്ലേ നീ പരമാനന്ദം കാണുന്നത്. അവിടെ ആനന്ദമുണ്ടെന്ന് ആരു കണ്ടു? അവിടം ഇതിനേക്കാൾ ഭീകരമായ നരകമാണെങ്കിലോ?"

മേഘരൂപന് സഹിച്ചില്ല. "സത്യമാർഗമാണ് ഞാൻ സ്വീകരിച്ചത്."

"അത് വ്യാജമാണെങ്കിലോ?" സാത്യകൻ തർക്കിച്ചു. "നിന്റെ വഴി ശരിയാണെന്ന് നീ പരീക്ഷിച്ച് അറിഞ്ഞിട്ടുണ്ടോ? അനുഭവസ്ഥർ ആരെങ്കിലും നിന്നോട് ഇതേപ്പറ്റി പറഞ്ഞിട്ടുണ്ടോ? നീ ആരോടെങ്കിലും ആലോചിച്ചിട്ടുണ്ടോ?"

മേഘരൂപൻ മനസ്സു തുറന്നു:

''അങ്ങനെയെങ്കിൽ ഞാനും ചോദിക്കട്ടെ, സ്വർഗം നീ കണ്ടിട്ടുണ്ടോ? നാം അറിഞ്ഞ സൗകര്യങ്ങളൊക്കെ അവിടെ ഉണ്ടോ? ആരെങ്കിലും അവിടെ പ്രവേശിച്ചതായി നിനക്കറിയാമോ? അവിടുത്തെ വിശേഷങ്ങൾ ആരെങ്കിലും നമ്മോടു പറഞ്ഞിട്ടുണ്ടോ?''

സാത്യകന് മറുപടി ഇല്ലെന്ന് കണ്ട് മേഘരൂപൻ വീണ്ടും ചോദിച്ചു:

''കാവിക്കുന്നിന്റെ താഴ്വരയിൽ കിണറുകൾ കുഴിച്ച് പശിമയുള്ള മണ്ണെടുത്ത് ചെങ്കുത്തായ കയറ്റം കയറി മേൽത്തട്ടിൽ അട്ടിയിട്ട് കുന്നിനു പൊക്കംകൂട്ടി അവിടെനിന്ന് മേഘങ്ങൾക്കിടയിലൂടെ സ്വർഗപാത നിർമ്മിക്കാനും സ്വർഗത്തിലെത്താനും നാമും നമ്മുടെ പൂർവ്വികരും കഠിനാധ്വാനം ചെയ്തിട്ടെന്തായി? ആരെങ്കിലും അവിടെ എത്തിയോ?''

മേഘരൂപന്റെ തുടർന്നുള്ള വാക്കുകൾ ഒരു പ്രഹേളികയുടെ ചെപ്പു തുറക്കുന്ന രഹസ്യാത്മകതയോടെയായിരുന്നു:

''കാവിക്കുന്നിന്റെ താഴ്വാരത്തിൽ നാം കുഴിച്ച കിണറുകളിൽ ഏതിലെങ്കിലും നീ വെള്ളം കണ്ടിട്ടുണ്ടോ? വെള്ളം കാണുംവരെ കുഴിക്കാനല്ലേ നമുക്കുള്ള ശാസന. അങ്ങനെ കുഴിച്ചുകുഴിച്ച് മണ്ണെല്ലാം കവർന്നിട്ടും വീണ്ടും ആരാണ് അവിടെ പശിമയുള്ള പുതുമണ്ണ് നിറക്കുന്നത്?''

ഒടുവിൽ തളർന്നതുപോലെ അവൻ പറഞ്ഞു:

''ദുരൂഹതകൾ എന്നെ ശ്വാസം മുട്ടിക്കുന്നു.''

ഒട്ടുനേരത്തെ നിശ്ശബ്ദതയ്ക്കുശേഷം അവൻ തുടർന്നു:

''എന്റെ സാത്യകാ... എനിക്ക് ആലോചിക്കാൻ നീ മാത്രമേ ഉള്ളൂ. പക്ഷേ, ഗുരുവിനെ കണ്ടതിനുശേഷം നീ എന്നിൽനിന്നും അകന്നു നിൽക്കുന്നു. പിന്നെങ്ങനെ ആലോചിക്കാൻ.''

സാത്യകൻ അല്പം അയഞ്ഞെങ്കിലും ഗുരു എന്ന വാക്കു കേട്ടതോടെ വീണ്ടും ക്ഷോഭത്തോടെ ചോദിച്ചു:

''ആരാണ് നിന്റെ ഗുരു?''

മേഘരൂപൻ അഭിമാനത്തോടെ മറുപടി പറഞ്ഞു:

''എന്റെ ഗുരു രക്ഷകനാണ്. മൃത്യുസൂത്രപ്രകാരമുള്ള മരണം മാത്രമാണ് നമുക്ക് രക്ഷപ്പെടാനുള്ള ഏകവഴി എന്ന് അദ്ദേഹം ഉപദേശിച്ചിരിക്കുന്നു. അത് പൂർണ്ണമായും ശരിയാണെന്ന് ഞാൻ വിശ്വസിക്കുകയാണ്. എത്രയും എളുപ്പം അതു സ്വീകരിക്കുന്നുവോ, അത്രയും വേഗം നാം പരമാനന്ദപദം പ്രാപിക്കും.''

സാത്യകൻ അതിനെ എതിർത്തു. മേഘരൂപൻ വീണ്ടും ന്യായവാദങ്ങൾ നിരത്തി.

വാദപ്രതിവാദം ഇങ്ങനെ തുടരുന്നതു നല്ലതിനല്ലെന്നു ഗായത്രിക്കു തോന്നി. അവൾ ഇരുവരുടേയും കൈപിടിച്ചു പറഞ്ഞു:

''ഗുഹയ്ക്കുള്ളിൽ എന്തിനു വെറുതെ മുഴക്കങ്ങളുണ്ടാക്കുന്നു. നമുക്കു പുറത്തേക്കു പോകാം.''

അതു കേട്ടതോടെ മുന്നിൽ സാത്യകനും പിന്നാലെ മേഘരൂപനും പുറത്തിറങ്ങി. ഗായത്രി അവർക്കു നടുവിലുണ്ടായിരുന്നു.

പുറത്ത് എത്തിയ ഉടൻ മേഘരൂപന്റെ ഹൃദയമന്ത്രം വാക്കുകളായി പ്രവഹിച്ചു:

''സാത്യകാ... ധൈര്യവും പിന്തുണയും തേടിയാണ് ഞാൻ നിന്റെ അരികിലേക്കു വന്നത്. ഇന്നുവരെ എനിക്കു ഞാനും നിനക്കു നീയും എന്ന രീതിയിൽ ഒരു തീരുമാനവും നമ്മൾ എടുത്തിട്ടില്ലല്ലോ. നീ എന്തു പറയുന്നുവോ അത് എന്റേയും ഞാൻ എന്തു പറയുന്നുവോ അതു നിന്റേയും തീരുമാനങ്ങളായിരുന്നു. ഇപ്പോഴും അങ്ങനെതന്നെയാവണമെന്നാണ് എന്റെ ആഗ്രഹം.''

അതു കേട്ടതോടെ സാത്യകന്റെ മനസ്സ് ആർദ്രമായി. അവൻ ഒന്നുനിന്നു, പിൻതിരിഞ്ഞ് മേഘരൂപനെ നോക്കി.

അപ്പോഴും മേഘരൂപൻ പറയുകയായിരുന്നു:

''സാത്യകാ, എനിക്കു ശരിയെന്നു തോന്നുന്ന കാര്യം ഞാൻ ചെയ്യുകയാണ്. ഒന്നോർത്തുനോക്കൂ. നാമെന്തിനിങ്ങനെ കഷ്ടപ്പെട്ട് വെള്ളം കിട്ടാത്ത കിണർ കുഴിച്ചും താങ്ങാനാവാത്ത മണൽ ഭാരം ചുമന്നും ക്ലേശഭരിതമായി ജീവിക്കുന്നു? മരണം വന്നണയുന്ന നിമിഷം വരെയല്ലേ നാമെല്ലാം ജീവിക്കുന്നുള്ളൂ. എത്രയും വേഗം ആ നിമിഷമെത്തുമോ അത്രയും വേഗം നമുക്ക് അനന്തതയുടെ ആര്യാംശമാകാം. അവിടെ ആനന്ദമുണ്ട്. പരമാനന്ദം.''

അത്രയും പറഞ്ഞിട്ട് പ്രതീക്ഷയോടെ മേഘരൂപൻ സാത്യകനെ നോക്കി തുടർന്നു:

''കഷ്ടപ്പെടുന്ന നമ്മുടെ മനുഷ്യർക്ക് നന്മ ചെയ്യുന്നതു തെറ്റാണോ? ഒന്നു പറയൂ സാത്യകാ... ഞാൻ ചെയ്യുന്നത് പൂർണ്ണമായും ശരിയല്ലേ?''

മേഘരൂപന്റെ വാക്കുകൾ സാത്യകനെ ഉലയ്ക്കുകതന്നെ ചെയ്തു. ഒടുവിൽ ഒട്ടുനേരത്തെ മുന്നൊരുക്കത്തോടെയായിരുന്നു അവന്റെ മറുപടി:

''മേഘരൂപാ... നീ പറയുന്നത് ഒരുപക്ഷേ ശരിയായിരിക്കാം. നിനക്കുമാത്രം.''

അത് മേഘരൂപന് സഹിച്ചില്ല; അവൻ ചോദിച്ചു:

“സാത്യകാ... എനിക്കു മാത്രമായി ഒരു ശരിയുണ്ടോ? നമുക്ക് ഒരു കാര്യത്തിൽ രണ്ടഭിപ്രായമുണ്ടായിട്ടില്ലല്ലോ... അക്കാര്യമല്ലേ ഞാൻ നിന്നെ ഓർമ്മിപ്പിച്ചത്.”

സാത്യകൻ വഴിയിൽ തറഞ്ഞുനിന്നു.

അപരിചിതമായ ഒരു ഗന്ധം ചുറ്റും പരക്കുന്നതായി പെട്ടെന്ന് സാത്യകന് തോന്നി; ഒപ്പം വരണ്ട കാറ്റു വീശുന്നതായും അനുഭവപ്പെട്ടു. ആ കാറ്റിന്റെ ചിറകേറിവന്ന ഗന്ധവാഹിയുടെ അദൃശ്യ സാമീപ്യംപോലും ഭീഷണമായി അവന് അനുഭവപ്പെട്ടു.

മേഘരൂപൻ ചിന്തിക്കുന്നതും പറയുന്നതും പ്രവർത്തിക്കുന്നതും അപ്പാടെ തെറ്റാണെന്ന് മനസ്സിൽ ആദ്യംമുതൽതന്നെ അവ്യക്തമായി തോന്നിപ്പിച്ചത് ഈ വരണ്ട കാറ്റും കാറ്റിന്റെ ചിറകേറിവന്ന അദൃശ്യനായ ഗന്ധവാഹിയുമാണെന്ന് സാത്യകന് തോന്നി. അത് ഇപ്പോഴും വിലക്കുകയാണ്. നിഷേധിക്കാനാവാത്ത വിലക്ക്. കാവിക്കുന്നിലെ അനുഷ്ഠാന ലംഘനങ്ങളുടെ പ്രത്യാഘാതങ്ങൾ ഓർമ്മിപ്പിച്ചുകൊണ്ടുള്ള വിലക്ക്. കാണാനും കേൾക്കാനുമാകാത്ത വിലക്ക്. എന്നാൽ എല്ലാം അതിതീവ്രമായി അനുഭവിപ്പിക്കുന്ന അദൃശ്യ വിലക്ക്.

അനുനയത്തിന്റേയും ഭീഷണിയുടേയും ഈ വിലക്കുകൾ സൃഷ്ടിക്കുന്നത് ആരാണെന്ന് സാത്യകന് അറിയില്ലായിരുന്നു. ആരുടേയോ ആവശ്യങ്ങൾ, അവ കൃത്യമായും വ്യക്തമായും നിർദ്ദേശിക്കുന്നത് ഈ വരണ്ട കാറ്റോ, കാറ്റിന്റെ ചിറകേറിവന്ന ഗന്ധമോ ആണെന്ന് മാത്രം അറിയാം. അത് ഏതെന്ന് വേർതിരിച്ചറിയാൻ സാത്യകന് കഴിഞ്ഞിരുന്നില്ല.

വെള്ളം കിട്ടാത്ത കിണർ കുഴിക്കൽ, കാവിക്കുന്നിന് ഉയരം കൂട്ടാനായി കുന്നിൻമുകളിലേക്ക് മണ്ണുചുമക്കൽ എന്നീ മൂർത്ത പ്രതീകങ്ങൾക്കു പിന്നിൽ അന്നം മുതൽ വസ്ത്രംവരേയും പാർപ്പിടം മുതൽ പണിശാല വരെയും ഔഷധം മുതൽ ആയുധം വരെയും കെണിയായി ഉണ്ടെന്നുള്ള വസ്തുത വരണ്ട കാറ്റിന്റെ ചിറകേറിവന്ന ഗന്ധവാഹിയുടെ അദൃശ്യ സാന്നിധ്യം സാത്യകനെ ഓർമ്മിപ്പിക്കുന്നതായി അവനുതോന്നി. അതു വെറും തോന്നലല്ല യാഥാർത്ഥ്യമാണെന്ന് വിശ്വസിക്കാനുള്ള അന്തഃപ്രേരണ നിമിഷാർദ്ധംകൊണ്ട് സാത്യകനിൽ എങ്ങനെയോ സൃഷ്ടിക്കപ്പെട്ടു.

ആര്യഗുരുവിന്റെ ഉദ്യാന പ്രവേശനത്തിനു മുമ്പ്, മേഘരൂപന്റെ അരികിലേക്ക് പോകാനാഞ്ഞപ്പോൾ താക്കീതിന്റെ ഹുങ്കാരത്തോടെ കാതിലേക്ക് ഊതിക്കയറിയ വരണ്ടകാറ്റും കാറ്റിന്റെ ചിറകേറിവന്ന ഗന്ധവാഹിയും ഇതേ അവസ്ഥ സൃഷ്ടിച്ച കാര്യം അവൻ പെട്ടെന്ന് ഓർത്തു. ആ അവസ്ഥാഭീഷണികൾ കേവലം തോന്നലല്ലായിരുന്നു

എന്ന തിരിച്ചറിവ് സാത്യകനിൽ രൂഢമൂലമായി; എന്നു മാത്രമല്ല അത് പൂർണ്ണമായും ശരിയാണെന്ന് കൂടി അവന് ഇപ്പോൾ ബോധ്യമാകുകയും ചെയ്യുന്നു.

ഭക്ഷിക്കുമ്പോൾ മാത്രം ആശ്വാസം തോന്നുകയും അല്പമാത്ര ഇടവേള കഴിഞ്ഞാൽ വീണ്ടും എന്തിനോ വിറകൊള്ളുകയും ചെയ്യുന്ന വിശപ്പ് എന്ന ഭീഷണസത്യത്തെ ആ വരണ്ടകാറ്റ് സാത്യകന് മുന്നിൽ അനാവരണം ചെയ്തു. അതിനാൽ ഭക്ഷണം അനിവാര്യമാണത്രെ. അതുണ്ടാവാൻ കൃഷിയിടവും വിത്തും വളവും വേണം. ഇതുമൂന്നും വരണ്ട കാറ്റേറിവന്ന ഗന്ധവാഹിയായ ആ അദൃശ്യശക്തിയുടെ നിയന്ത്രണത്തിലാണുപോലും. വിവസ്ത്രരായാൽ നാണംവരുമെന്ന് അറിയാമെങ്കിലും വസ്ത്രം ധരിക്കേണ്ടത് അത്യാവശ്യമാണെന്നും അത് ആകർഷണീയത വർദ്ധിപ്പിക്കുമെന്നും ആ അദൃശ്യശക്തി മന്ത്രിച്ചു. ഉറങ്ങാനും ഇണചേരാനും അടുത്ത തലമുറയെ സൃഷ്ടിച്ച് പരിപാലിക്കാനും ഒരിടം വേണമെന്നും അത് പാർപ്പിടമാണെന്നും ഓർമ്മിപ്പിച്ച ഗന്ധവാഹിയായ ആ അദൃശ്യശക്തി അതുണ്ടാക്കാനുള്ള ധനവും സങ്കേതങ്ങളും തന്റെ നിയന്ത്രണത്തിലുള്ള കൃഷിയിടങ്ങളിലൂടെ അല്ലെങ്കിൽ പണിശാലകളിലൂടെ നേടുന്നതാണെന്നും ഓർമ്മിപ്പിച്ചു.

എന്തും ഏതും ആയുധമാണെന്ന് ഒരു ദിവ്യരഹസ്യം പോലെയാണ് ആ അദൃശ്യശക്തി മന്ത്രിച്ചത്. സ്നേഹവും പ്രണയവും കാമവുംവരെ ആയുധമാണത്രെ. കരുതലും കാരുണ്യവും കാട്ടി നമുക്ക് എതിരാളിയെ വശീകരിച്ച് തകർക്കാം. അങ്ങനെ അവയും ആയുധമാകുന്നു. നാം കാണുന്ന, കൈകാര്യം ചെയ്യുന്ന എല്ലാം ആയുധമാണ്. എന്തിനും ഏതിനുമുള്ള ആയുധം.

വെള്ളംകിട്ടാത്ത കിണർകുഴിക്കലും കുന്നിന്റെ ഉയരം കൂട്ടാനുള്ള മണ്ണുചുമക്കലും ഉൾപ്പെടെയുള്ള അനുഷ്ഠാനങ്ങളിൽ മാറ്റം വരുത്തിയാലോ കാവിക്കുന്നിന്റെ പാരമ്പര്യത്തെ ധിക്കരിച്ചാലോ ഉണ്ടാകാവുന്ന പ്രത്യാഘാതങ്ങൾ പ്രവചനാതീതമാണെന്ന് അബോധത്തിൽ ഭീഷണിപ്പെടുത്തിക്കൊണ്ടായിരുന്നു വിലക്കുകളത്രയുമുണ്ടായത്. അതു വെറും തോന്നലല്ല, യാഥാർത്ഥ്യങ്ങളാണെന്ന് സാത്യകൻ ഇപ്പോൾ ഉറച്ചു വിശ്വസിക്കുന്നു.

പക്ഷേ അപ്രിയമായതൊന്നും മേഘരൂപനോടോ ഗായത്രിയോടോ പറയാൻ സാത്യകന് സാധ്യമല്ലായിരുന്നു; അപ്പോഴും ഇപ്പോഴും. അതിനാൽ അവയൊന്നും അവരോടു പറഞ്ഞതുമില്ല. തോന്നലുകളെല്ലാം ഉള്ളിലൊതുക്കി സാത്യകൻ മൗനിയായി. അതു മനസ്സിലാക്കി മേഘരൂപൻ ചോദിച്ചു:

''എന്തോ നിന്നെ അലട്ടുന്നു. എന്താണെങ്കിലും നിന്റെ മനസ്സ് തുറക്കൂ. നിന്റെ ചിന്തകളെന്താണെന്ന് ഞാനും അറിയട്ടെ.''

സാത്യകൻ മനസ്സു തുറന്നു:

''എനിക്കു ഭയമാണ്. അദൃശ്യമായ ഒരുശക്തി അപരിചിതമായ ഒരുഗന്ധം, ഒരു വരണ്ട കാറ്റ്, കാറ്റിന്റെ ചിറകേറിവരുന്ന ഒരു ഗന്ധ വാഹി അങ്ങനെ എന്തോ ഒന്ന് എല്ലാം വിലക്കുന്നതായി എനിക്കു തോന്നുന്നു.''

''അങ്ങനെ ഒന്നുമില്ല.'' മേഘരൂപൻ തീർത്തുപറഞ്ഞു.

''എന്റെ തോന്നലുകൾ എന്റെ ശരികളാണ്. അവ ഒരിക്കലും പിഴച്ചിട്ടില്ല.''

സാത്യകൻ വിഹ്വലതയോടെ തുടർന്നു:

''നമ്മെ നിയന്ത്രിക്കുന്ന, കാവിക്കുന്നിന്റെ ഭാഗധേയം നിർണ്ണയി ക്കുന്ന ഏതോ ഒരുശക്തിയാണ് ഇതിനുപിന്നിൽ. നാം ഇതുവരെ കണ്ടിട്ടില്ലാത്ത ആ അദൃശ്യ ശക്തിയെയാണ് ഞാൻ ഭയക്കുന്നത്.''

മേഘരൂപന് അതൊരു വിഷയമായി തോന്നിയതേയില്ല. എങ്ങു നിന്നോ ആത്മവിശ്വാസം സംഭരിച്ച് അവൻ പറഞ്ഞു:

''മരണത്തിൽ കവിഞ്ഞ് ഒന്നുമില്ലല്ലോ സാത്യകാ. നാം അതി ലേക്കാണ് പോകുന്നത്. പിന്നെന്തു പേടിക്കാൻ?''

അതുകേട്ടതോടെ സാത്യകൻ പെട്ടെന്നു ചോദിച്ചു:

''നീ പറയുന്നത് നാമെല്ലാം മരിക്കണമെന്നല്ലേ?''

''അതേ, ഞാനും, നീയും ഗായത്രിയും കാവിക്കുന്നിലെ സകല മനുഷ്യരും മരിക്കണം.''

സാത്യകൻ പൊട്ടിക്കരയുമെന്നായി:

''മരിച്ചാൽ... നാമെങ്ങനെ ഗായത്രിയെ കാണും... നാമെങ്ങനെ കാവിക്കുന്നു കാണും. നീ തന്നെ പറഞ്ഞിട്ടില്ലേ ഗായത്രിയും കാവി ക്കുന്നുമില്ലാത്ത ഒരു ജീവിതം നമുക്കു വേണ്ടന്ന്.''

മേഘരൂപൻ ചിരിച്ചുപോയി.

''മരിച്ചു കഴിഞ്ഞാൽ പിന്നെവിടെയാണു സാത്യകാ ജീവിതം.''

അല്പം അകന്നു നടക്കുകയായിരുന്ന ഗായത്രി അവരുടെ ചിരി കേട്ട് തിരിഞ്ഞുനിന്ന് അത്യാഹ്ലാദത്തോടെ ചോദിച്ചു:

''ഇത്ര വേഗം ഇണങ്ങിയോ? ചിരിയുമായോ.''

മേഘരൂപനാണ് അതിന് മറുപടി പറഞ്ഞത്:

''നിന്നെപ്പറ്റി പറയുമ്പോൾ ഇന്നുവരെ ഞങ്ങൾ ചിരിച്ചിട്ടേയുള്ളൂ.''

ഗായത്രിക്കു ജിജ്ഞാസയായി:

''ഇപ്പോഴെന്താണ് എന്നെപ്പറ്റി പറയാൻ?''

മേഘരൂപൻ പതിയെ അവളുടെ അടുത്തേക്കുവന്നു. സുഗന്ധം വഴിയുന്ന അവളുടെ ദേഹത്തുരസി. മൃദുത്വമാർന്ന അവളുടെ തോളിൽ പതിയെ വിരലുകൾവച്ച് കാമത്തിന്റെ കയങ്ങളായ അവളുടെ കണ്ണുകളിൽ ദൃഷ്ടിയൂന്നി കാതുകളിലേക്ക് അയാൾ പറഞ്ഞു:

''കാവിക്കുന്നിലെ ദുരിതങ്ങളിൽ നിന്ന് രക്ഷപ്പെടാനായി നാം മൃത്യുസൂത്രം സ്വീകരിക്കണമെന്ന് ഗുരുപറഞ്ഞത് നീ കേട്ടില്ലേ?''

അവൾ തലകുലുക്കി.

''അങ്ങനെ മൃത്യുമാർഗ്ഗത്തിലൂടെ നാം പരമാനന്ദത്തിലേക്കു പോവുകയായി. അതിനായി നാം മരണം വരിച്ചുകഴിഞ്ഞാൽ പിന്നെ ഞങ്ങളെങ്ങനെ നിന്നെക്കാണും- ഇതാണ് സാത്യകന്റെ ആശങ്ക.''

അതു പറയുമ്പോഴും മേഘരൂപന്റെ ചുണ്ടുകൾ ഗായത്രിയുടെ കാതുകളിലൂടെ അരിച്ചിറങ്ങി അവളുടെ ശരീരം നുകരുകയായിരുന്നു. വല്ലാതെ ഇക്കിളിയായതുപോലെ അവൾ ചിരിച്ചു.

കുണുങ്ങിക്കുണുങ്ങിയുള്ള ആ ചിരി അന്നുവരെ സാത്യകനെ ലഹരി പിടിപ്പിച്ചിട്ടേയുള്ളൂ. പക്ഷേ അന്നാദ്യമായി അയാൾക്ക് അസഹ്യത തോന്നി.

''നിർത്ത്.''

സാത്യകൻ ഗായത്രിയെ വിലക്കി.

അവൾ ഒരുന്മാദിനിയെപ്പോലെ ചിലമ്പി.

''നാം മരിച്ചാൽ പിന്നെ നാമെവിടെ.''

സാത്യകന് ഒന്നും മനസ്സിലായില്ല. അയാൾ ആകാശത്തെയും ആര്യവനത്തേയും മാറിമാറി നോക്കി മന്ത്രിച്ചുകൊണ്ടിരുന്നു:

''ഞാൻ നിങ്ങളെ സ്നേഹിക്കുന്നു. പിരിഞ്ഞുപോവാനാവാത്ത വിധം ഞാൻ നിങ്ങളിൽ ലയിച്ചിരിക്കുന്നു. ഞാൻ നിങ്ങളെ സ്നേഹിക്കുന്നു.''

സാത്യകന്റെ ഹൃദയമന്ത്രം ശ്രവിച്ച് ഗായത്രി ഒന്നുനിന്നു. എന്തോ ശ്രദ്ധിച്ചു. പിന്നെ മേഘരൂപനെ ഒപ്പംകൂട്ടി. വീണ്ടും പഴയ ഉന്മാദത്തിന്റെ അവസ്ഥയിലേക്ക് മടങ്ങിക്കൊണ്ട് അവൾ രണ്ടു കാമുകന്മാരോടുമായി പറഞ്ഞു:

''അതാ ആര്യനദി ഉണർന്നൊഴുകുന്നു. നമുക്കാ കരയിൽ പോയിരിക്കാം.''

പത്തൊമ്പത്

ദിവാസ്വപ്നത്തിലാണ്ട മേഘരൂപനും മൗനിയായ സാത്യകനും നടുവിൽ ഒരു ഉന്മാദിനിയെപ്പോലെ ഗായത്രി ഇരുന്നു. അവൾ ഏറെ നേരമായി ഇരുവരെയും മാറിമാറി നോക്കുന്നുണ്ടായിരുന്നു. രണ്ടു പേരും മറ്റേതോ ലോകങ്ങളിലാണെന്നു മനസ്സിലാക്കിയ ഗായത്രി അവരുടെ കൈകളിൽ തലോടി. പിന്നെ അവയിൽ മൃദുവായി ചുംബിച്ചു. എന്നിട്ടവയെ എടുത്തു സ്വന്തം തുടമേൽവച്ചു. അവയെ പ്രേമത്തോടെ തലോടിയും സ്വന്തം മാറിൽ ചേർത്തുവച്ച് അമർത്തിയും അവളോരോ ലീല തുടർന്നു.

ഇതൊന്നുമറിയാതെ അവരിരുവരും അവരുടേതായ ലോകങ്ങളിലായിരുന്നു. ഗായത്രിക്കു ശുണ്ഠിവന്നു. അതും അവർ കണ്ടില്ലെന്നു നടിച്ചു. ഒടുവിൽ അവൾ ഇടതുകയ്യിലെ നീൾവിരലുകൾ നീട്ടി മേഘരൂപന്റെ തോളിൽ തൊട്ടു. പിന്നവയെ താഴോട്ടിഴച്ച് പുറത്തും മുന്നോട്ടുയർത്തി മാറിലും അതിനു താഴേയും അതിനുംതാഴെയും വിദ്യുത്ലതകൾ വിടർത്തി. സാത്യകനെയും വലതുകരം നീട്ടി അവളിപ്രകാരം ഉഴിയുന്നുണ്ടായിരുന്നു. അന്യചിന്തകളിൽ ആണ്ടിരുന്ന അവർ ഇരുവരും ഉണർന്നെന്നറിഞ്ഞപ്പോൾ കാമുകന്മാരെ ഇരുവരെയും നദിക്കരയിലേക്കു കിടത്തി അവളും നടുക്കുകിടന്നു. എന്നിട്ട് കാതരമായ ശബ്ദത്തിൽ അവരുടെ കാതുകളിൽ മന്ത്രിച്ചുകൊണ്ടിരുന്നു:

''ഏകം... ഏകാത്മകം...''

ആ വാക്കുകളിൽ അന്നുവരെ മയങ്ങിയിരുന്ന മേഘരൂപൻ അന്നാദ്യമായി പിടഞ്ഞെണീറ്റു. അയാൾ കുറ്റംചെയ്ത കുട്ടിയെപ്പോലെ ഗായത്രിയെ ഓർമ്മിപ്പിച്ചു:

''ഈ ഒരു രാത്രി മാത്രമേ ഇനി നമുക്കുള്ളൂ. എന്തുവേണമെന്ന് നാമിപ്പോൾ ചിന്തിക്കണം.''

അവളതു കേട്ടില്ല.

മേഘരൂപൻ വീണ്ടും പറഞ്ഞു.

‘‘ഗായത്രി, ഇതു നിർണ്ണായകമായ രാത്രിയാണ്. എന്തുവേണമെന്നു നമുക്കു ചിന്തിക്കാം. എഴുന്നേല്ക്കൂ.’’

അവൾ മേഘരൂപനോടു കെഞ്ചി:

‘‘പിന്നെയാവാം മേഘരൂപാ... ഇതാ, എന്റെ ഇടതുഭാഗം നിങ്ങൾക്കായി തുടിക്കുന്നു. അതു സ്വീകരിക്കൂ. ഇന്നലെ രാത്രി മുതൽ ഞങ്ങൾ കഴിയുന്നുണ്ടെങ്കിലും സാത്യകൻ അദ്ദേഹത്തിന് അവകാശപ്പെട്ട എന്റെ വലതുഭാഗം മാത്രമേ അനുഭവിച്ചിട്ടുള്ളൂ. അപ്പോൾ മുതൽ, ഇതാ ഇപ്പോഴും എന്റെ ഇടതുഭാഗം നിങ്ങൾക്കായി തുടിക്കുകയാണ്. മേഘരൂപാ, എന്റെ പ്രിയപ്പെട്ട മേഘരൂപാ ഇതു സ്വീകരിക്കൂ.’’

അമർന്ന കാമത്തിന്റെ പൊട്ടിത്തെറിയിൽ അവൾ വിലപിക്കുമ്പോഴും മേഘരൂപൻ പരിഭ്രാന്തനായി പറഞ്ഞുകൊണ്ടിരുന്നു:

‘‘ഗായത്രി, എന്റെ ഗായത്രി... നമുക്കെന്തെങ്കിലും ആലോചിക്കാം. തീരുമാനിക്കാം.’’

സാത്യകൻ അപ്പോഴെല്ലാം ആറ്റുകടവിൽ കാലിട്ടനക്കി നിസ്സംഗനായി കിടക്കുകയായിരുന്നു.

ഗായത്രി ഒടുവിൽ പൊട്ടിക്കരഞ്ഞുകൊണ്ടു പറഞ്ഞു:

‘‘ഞാൻ തകർന്നുപോകും.’’

അതുകൂടി കേട്ടപ്പോൾ മേഘരൂപൻ അന്യചിന്തകളെല്ലാം വെടിഞ്ഞ് ഗായത്രിയുടെ ഇടതുഭാഗം സ്വന്തം ശരീരത്തോടു ചേർത്തു.

മേഘരൂപനിലേക്ക് അലിഞ്ഞിറങ്ങുമ്പോൾ ഗായത്രി തന്റെ വലതുകരം നീട്ടി സാത്യകനെ പുണർന്ന് ആ ഭാഗമത്രയും അയാളിൽ അർപ്പിച്ചു. അയാളതു പ്രേമപൂർവ്വം നുകർന്നു.

ശരീരമത്രയും രണ്ടു കാമുകന്മാർക്കുമായി ദാനംചെയ്ത് ശുദ്ധശൂന്യയായി അവർക്കു നടുവിൽ കിടന്നുകൊണ്ട് ഗായത്രി മന്ത്രിച്ചു:

‘‘ഞാൻ നിങ്ങളിൽ ജീവിക്കുന്നു.’’

ഇരുപത്

വള്ളികളാൽ ചുറ്റപ്പെട്ട മരത്തണ്ടുപോലെ നദീതീരത്തു തളർന്നുറങ്ങിയിരുന്ന ഗായത്രിയേയും മേഘരൂപനേയും ഓളക്കയ്യുകളാണ് വിളിച്ചുണർത്തിയത്. ബോധമറ്റുറങ്ങിയ അവരെ തലേരാത്രിയിലെ രതിലീലകളുടെ ഗാഥകൾ പാടി അവ കളിയാക്കി. ഉണർന്നു വരുന്ന അവരുടെ നഗ്നതകളിലേക്ക് വെള്ളം ചീറ്റിക്കൊണ്ട് കുസൃതിയായ കാറ്റ് എന്തോ പറഞ്ഞു. മേഘരൂപനും സാത്യകനും നുണഞ്ഞ് നുകർന്ന ഗായത്രിയുടെ മുലകളിൽ ആർത്തിയോടെ ചുണ്ടുകളമർത്തിയ സൂര്യശിശുക്കൾ സമയത്തെപ്പറ്റി അവരെ ഓർമ്മിപ്പിച്ചു.

അപ്പോഴാണ് മേഘരൂപൻ ശരിക്കും ബോധവാനായത്. അവൻ ഗായത്രിയേയും സാത്യകനേയും വിളിച്ചു:

''വരൂ ഉദ്യാനത്തിലേക്കു പോകാം. ഗുരു വരേണ്ട സമയമായി.''

ഗായത്രി നദിയിലേക്കിറങ്ങി. ഓളക്കയ്യുകൾ അവളെ പുണർന്നു. രതിശേഷങ്ങളിലെല്ലാം നാവുനീട്ടി നുണഞ്ഞ വെള്ളത്തെ വകഞ്ഞു മാറ്റി ഗായത്രി ചോദിച്ചു:

''നമ്മൊളൊന്നും ആലോചിച്ചില്ലല്ലോ. എന്താ ചെയ്യുക.''

മേഘരൂപൻ പറഞ്ഞു:

''പുതുതായി ഒന്നും ചെയ്യാനില്ല. നേരത്തെ നാം ചിന്തിച്ചതു പോലെതന്നെ.'' സാത്യകനെ നോക്കി അവൻ ഇങ്ങനെകൂടി പറഞ്ഞു: ''സാത്യകാ, നീ എന്നോടൊപ്പമുള്ളതാണ് എന്റെ ധൈര്യം.''

സാത്യകൻ എഴുന്നേറ്റുകൊണ്ട് പറഞ്ഞു:

''ഞാനുണ്ടാവും. പക്ഷേ ആരെങ്കിലും ഒരാളെതിർത്താൽ ആ ഒരാളൊപ്പം ഞാനും കാണും. ഞാനായി ഒന്നും എതിർക്കില്ല.''

ഗായത്രി ഒന്നും പറഞ്ഞില്ല. അവളെ നദിയിൽ നിന്ന് കൈപിടിച്ച് കരയിലേക്കു കയറ്റി മേഘരൂപൻ ഓർമ്മിപ്പിച്ചു:

''നടക്കൂ. ഗുരു വരേണ്ട നേരമായി.''

ഇരുപത്തിയൊന്ന്

മനുഷ്യമഹാസമുദ്രത്തിനു കരയിൽ ആര്യഗുരു പ്രത്യക്ഷപ്പെട്ട പ്പോൾ തൊട്ടുപിന്നിൽ മേഘരൂപനുമുണ്ടായിരുന്നു. അവനു പിന്നാലെ നിസ്സംഗയായ ഗായത്രിയും അമർഷമടക്കിയ സാത്യ കനും കടന്നുവന്നു. ഗുരു ഒന്നു തിരിഞ്ഞുനോക്കി- മേഘരൂപനോ ടൊപ്പം സാത്യകനെയും ലക്ഷണമൊത്ത സ്വർണ്ണവിഗ്രഹംപോലെ ഒരു യുവതിയേയും കണ്ട ആര്യഗുരു ഉള്ളിൽ ആഹ്ലാദംപൂണ്ട് സ്വയം പറഞ്ഞു- എല്ലാവരും കീഴടങ്ങുന്നു.

ഉദ്യാനത്തിലെ ഇല്ലാത്ത അശോകത്തണലിലേക്കു നീങ്ങുമ്പോൾ ആര്യഗുരു ജനത്തെ നോക്കി. വിധേയത്വം നിറഞ്ഞ വിഹ്വലമുഖ വുമായി വിമോചനത്തിന്റെ നിമിഷം കാത്തിരിക്കുന്ന അവർക്കെല്ലാം ഒരേ ഭാവമാണെന്ന് അദ്ദേഹം തിരിച്ചറിഞ്ഞു. അന്യഭാവമില്ലാതെ, ഏകഭാവം കൈവരിച്ച മനുഷ്യർ.

ആര്യഗുരുവിനെ കണ്ടപ്പോൾതന്നെ അവർ ഉറപ്പോടെ വിളിച്ചു പറഞ്ഞു:

‘‘ഗുരോ... ഈ ഭൂമിയിലെ ദുഃഖ-ദുരിത വിമുക്തിക്കായി അങ്ങ് നിർദ്ദേശിച്ചതുപോലെ സ്വയം ജീവൻ വെടിയാൻ ഞങ്ങൾ തയ്യാ റാണ്.’’

ജനസമുദ്രത്തിലെ തിരകളെല്ലാം ഒരേ താളക്രമത്തിൽ ആ പല്ലവി ആവർത്തിച്ചപ്പോൾ ഗുരു ഒന്നു ചിരിച്ചു. അതുകണ്ട ജനം വീണ്ടും പറഞ്ഞു:

‘‘ഗുരോ... എങ്ങനെവേണം ഞങ്ങൾ ജീവൻ വെടിയേണ്ടത്? അതുകൂടി അവിടുന്ന് നിർദ്ദേശിച്ചാലും.’’

ആര്യഗുരു ചിന്തിച്ചു-

ആത്മാഹുതിപോലും എങ്ങനെ വേണമെന്ന് അവർ തിരയുന്നു. എന്തൊരു വിധേയത്വം. ഏറ്റവും ശ്രേയസ്കരമായ രീതിയിലാവണം അവരുടെ ആത്മാഹുതി.

ആര്യഗുരുവിന്റെ മനസ്സ് വേദേതിഹാസങ്ങളിൽ പരതി. ഒടുവിൽ അദ്ദേഹം കണ്ടെത്തി- അഗ്നിപ്രവേശമാണ് ആത്മാഹുതിക്കു ശ്രേയസ്കരമെന്ന്. പക്ഷേ അഗ്നി അനവധിയുണ്ട്. ഇവിടെ അനുയോജ്യമായത് ഏതാണ്?

ആര്യഗുരു വേദേതിഹാസങ്ങൾപ്പുറം പുരാണങ്ങളിലും തിരഞ്ഞു. ഒടുവിൽ കണ്ടെത്തി, അഗ്നിദേവന്റെ പത്നിയായ സ്വാഹാദേവിയെ. മൂലപ്രകൃതിയുടെ കലയെ സ്വാംശീകരിച്ച ശ്രീരൂപയും ഗൃഹേശ്വരിയുമായ സ്വാഹാദേവി അനുയോജ്യതന്നെ. എന്നാൽ അഗ്നിദേവന് സ്വാഹാദേവിയിൽ ആവിർഭവിച്ച സന്തതികളായ ദാക്ഷിണാഗ്നി, ഗാർഹ്യ പത്ന്യാഗ്നി, ആഹവനീയാഗ്നി എന്നിവ കുറേക്കൂടി ഉത്തമമാണ്. യാഗപൂജാദികർമ്മങ്ങൾക്ക് വ്യത്യസ്തമായ അഗ്നിയുടെ സംയോഗത്തിൽ വേണം ദ്രവ്യങ്ങൾ അർപ്പിക്കുവാനെന്ന് അനുശാസനമുണ്ട്.

ഇതും ഒരു യാഗം തന്നെയാണ്. അങ്ങനെ വരുമ്പോൾ ഇവ മൂന്നിന്റേയും സംയുക്തം അത്യുത്തമമെന്ന നിഗമനത്തിൽ ആര്യഗുരു എത്തിച്ചേർന്നു.

അദ്ദേഹം ജനത്തോടു വെളിപ്പെടുത്തി:

''അഗ്നിപ്രവേശമാണ് ആത്മാഹുതിക്കു ശ്രേയസ്കരമായ മാർഗ്ഗം.''

അതുൾക്കൊണ്ട് ജനം ഒന്നാകെ സമ്മതം സൂചിപ്പിച്ചപ്പോൾ ആര്യഗുരു നിർദ്ദേശിച്ചു:

''ഓരോരുത്തരും അവരവരുടെ ദേഹത്തെ ദഹിപ്പിക്കാനുള്ളതെന്തോ- അതുമായി മടങ്ങിവരുവിൻ. അവയെല്ലാം സംയുക്തമായി സമർപ്പിച്ച് അഖണ്ഡമായ അഗ്നി ജ്വലിപ്പിച്ച് ആത്മഹുതിയാവാം.''

ജനത്തിന് ഒറ്റ മുഖമേ ഉണ്ടായിരുന്നുള്ളൂ; അതുകൊണ്ടുതന്നെ അവർക്ക് ഏകസ്വരവുമായിരുന്നു:

''അങ്ങനെയാകട്ടെ.''

ഗുരു പ്രഖ്യാപിച്ചു:

''ഈ ഉദ്യാനംതന്നെ അഗ്നിവേദി. നിങ്ങൾ അഗ്നിക്ക് ഹവിസുമായി വരൂ.''

അതുകേൾക്കാത്ത താമസം, ജനം നാലുപാടും ചിതറി.

ഈ പ്രപഞ്ചത്തിൽ ആദ്യമായാണ് അഖണ്ഡമായ ആത്മാഹൂതി അരങ്ങേറുന്നതെന്ന് ആര്യഗുരു അനുസ്മരിച്ചു. ഘട്ടംഘട്ടമായുള്ള ആത്മഹുതിയാണ് അദ്ദേഹം ഉദ്ദേശിച്ചിരുന്നത്. പക്ഷേ ജനത്തിന്റെ ആവേശം അദ്ദേഹത്തെ ഏതു സാഹസത്തിനും പ്രേരിപ്പിക്കുന്നതായി.

സംയുക്താഗ്നി... അതിൽ അഖണ്ഡ ആത്മാഹുതി...!

സ്വന്തം തീരുമാനത്തിൽ ആര്യഗുരുവിന് അതീവ സംതൃപ്തി അനുഭവപ്പെട്ടു. അദ്ദേഹം മേഘരൂപനെ നോക്കി:

ആശ്വാസനിശ്വാസങ്ങളുമായി അവൻ ഗുരുവിനു മുന്നിൽ സാഷ്ടാംഗം പ്രണമിച്ചു പ്രാർത്ഥിച്ചു:

''ഗുരോ... രക്ഷാമാർഗ്ഗങ്ങളെല്ലാം ഓതിത്തന്ന അവിടുത്തേക്കു സമർപ്പിക്കാൻ ഞങ്ങളുടെ പക്കൽ ഒന്നുമില്ല. ഈ ഭൗതികദേഹമൊഴികെ.''

മേഘരൂപനെ പിടിച്ചുയർത്തിക്കൊണ്ട് ആര്യഗുരു പൊട്ടിച്ചിരിച്ചു. മേഘരൂപന്റെ വികാരാധിക്യവും ആര്യഗുരുവിന്റെ നിസ്സംഗമായ ചിരിയും കണ്ട് സാത്യകനും ഗായത്രിയും നിർന്നിമേഷരായി നിൽക്കുകയായിരുന്നു. അവരെക്കൂടി അമ്പരപ്പിക്കുംവിധത്തിൽ മേഘരൂപൻ ചോദിച്ചു:

''എന്താണു ഗുരോ അവിടുന്നു ചിരിച്ചത്. ഞാനെന്റെ ഹൃദയം തുറന്നു കാട്ടി എന്നേയുള്ളൂ.''

''മകനേ മേഘരൂപാ...'' ആര്യഗുരു അവനെ ആശ്വസിപ്പിച്ചുകൊണ്ടു പറഞ്ഞു: ''ആരും ആർക്കും ഒന്നും കൊടുക്കുന്നില്ല. ആർക്കും ഒന്നും കൊടുക്കാൻ ആരാലും സാധ്യവുമല്ല. എല്ലാം ഒരുതരം സ്വയം സമർപ്പണമാണ്.''

ഒരുനിമിഷം ധ്യാനലീനനായി നിന്നശേഷം ഒരു രഹസ്യംപോലെ ആര്യഗുരു മന്ത്രിച്ചു:

''നീയും നിന്റെ മനുഷ്യരും നിന്റെ മണ്ണുമെല്ലാം സ്വയം സമർപ്പിതമാണ്. ഇവിടെ വീശുന്ന ഈ കാറ്റുപോലും സ്വാർത്ഥത്തിന്റെ ഗന്ധം നിറഞ്ഞതാണ്. സ്വന്തം ഉഷ്ണങ്ങളിലേക്കാണത് വീശുന്നത്. നാളെ കഴിയുമ്പോൾ, ഈ ഭൂമിയിലെ ബന്ധനങ്ങളിൽനിന്ന് മുക്തി നേടുമ്പോൾ, ആനന്ദാതിരേകത്തിൽ അലിയുമ്പോൾ നിനക്ക് എല്ലാം മനസ്സിലാകും.''

ഗുരുവിന്റെ വാക്കുകൾ മേഘരൂപനെ നിശ്ചലനാക്കി. സ്വയം വിസ്മൃതമായ അവസ്ഥയിൽനിന്ന് ഉണർന്നുവരാൻ അവന് നിമിഷങ്ങൾ വേണ്ടി വന്നു. അവന്റെ കണ്ണുകൾ നിറഞ്ഞുകവിഞ്ഞിരുന്നു. ആ ചുണ്ടുകൾ വിറയ്ക്കുന്നുണ്ടായിരുന്നു. ആ മുഖത്ത് അഭൗമമായൊരു തേജസ്സ് ഒളിഞ്ഞിരുന്നു. അവൻ വിലപിച്ചു:

''ഗുരോ, അങ്ങയുടെ കൃപയാൽ ഞാനിപ്പോൾ തന്നെ പരമമായ സത്യത്തെ ദർശിക്കുന്നു... അങ്ങുപറഞ്ഞതെല്ലാം അനശ്വര സത്യങ്ങളാണെന്നും ഞാനറിയുന്നു..''

അവൻ വീണ്ടും ആര്യഗുരുവിന്റെ പാദങ്ങളിൽ പ്രണമിച്ചു. ഗുരു അവനെ എഴുന്നേല്പിച്ചുകൊണ്ടു പറഞ്ഞു:

"അങ്ങനെയുള്ള അന്തിമതീർപ്പിന് സമയമായില്ല മേഘരൂപാ.. ഈ രാത്രികൂടി കാത്തിരിക്കൂ. നീയും അഗ്നിക്ക് ഹവിസ്സേകണം."

എന്നിട്ട് അദ്ദേഹം ഗായത്രിയേയും സാത്യകനേയും നോക്കി മേഘരൂപനോടു തിരക്കി:

"ഇവർ ആരെല്ലാമാണെന്നു നീ പറഞ്ഞില്ലല്ലോ."

മേഘരൂപൻ പെട്ടെന്ന് ക്ഷമാപണത്തോടെ പറഞ്ഞു:

"ഗുരോ, ക്ഷമിച്ചാലും. ഇവർ ആരെല്ലാമാണെന്ന് അങ്ങ് തിരിച്ചറിഞ്ഞിട്ടുണ്ടാവുമെന്നാണ് എന്റെ ബോധ്യം. ഇനി പ്രത്യേകിച്ച് ഞാൻ പറയണോ? അങ്ങയുടെ സിദ്ധി എനിക്കറിയാം. എങ്കിലും പറയുന്നു. ഇതു സത്യകൻ. എന്റെ ആത്മമിത്രമാണ്. അല്ല, എന്റെ മറ്റൊരു രൂപമാണെന്ന് അവിടുന്നു ധരിക്കണം. അല്ലെങ്കിൽ ഞാൻ തന്നെ. അതുപോലെ ഗായത്രി, ഇവൾ ഞങ്ങളുടെ എല്ലാമാണ്! പ്രകൃതവും പെരുമാറ്റവുംകൊണ്ട് ഇവൾ ഉഷസ്സിൽ ഞങ്ങളുടെ അമ്മ, പൂർവ്വാഹ്നങ്ങളിൽ സഹോദരി, മദ്ധ്യാഹ്നങ്ങളിൽ ദേവി, അപരാഹ്നങ്ങളിൽ കൂട്ടുകാരി, സായാഹ്നങ്ങളിലും സന്ധ്യകളിലും കാമുകി. രാത്രിയിൽ ഇവൾ ഞങ്ങളുടെ പാതിമെയ്യ്."

ഗായത്രി ആര്യഗുരുവിന്റെ പാദങ്ങളിൽ തൊട്ടുവന്ദിച്ചു. അദ്ദേഹം അവളെ അനുഗ്രഹിച്ചു. സാത്യകനാകട്ടെ, കേവലം ഔപചാരികമായ ഒരു നേർത്ത ചിരി സമർപ്പിച്ചുകൊണ്ട് അതേ നില്പുനിന്നതേയുള്ളൂ. ഗുരു അവനെ തുറിച്ചുനോക്കി.

വിധേയത്വം മാത്രം കണ്ടുശീലിച്ച ഗുരു, തന്റെ പെരുമാറ്റത്തിൽ അഹങ്കാരമുണ്ടെന്ന് ശങ്കിച്ചാലോ എന്നു കരുതി സാത്യകൻ ഗുരുവിനോട് പറഞ്ഞു:

"ഗുരോ, എനിക്ക് പ്രണമിക്കുവാനോ തൊഴുതു കുനിഞ്ഞ് ബഹുമാനം പ്രകടിപ്പിക്കുവാനോ വശമില്ല. എന്റെ നട്ടെല്ല് തീരെ വളയില്ല. അതൊരു രോഗമാണെന്നാണ് ഈ ഗായത്രിയും മേഘരൂപനും പറയുന്നത്. ചെങ്കുത്തായ മലമടക്കുകളിലൂടെ നിരന്തരം മണ്ണുചുമന്ന ശീലംകൊണ്ട് ഇങ്ങനെയായിപ്പോയെന്നാണ് ഞാൻ സ്വയം സമാധാനിക്കുന്നത്."

ഗുരു ചിരിച്ചു. എന്നിട്ടു കൃത്യമായ കണിശത കലർത്തി ഇങ്ങനെ പറഞ്ഞു:

"വേണ്ട സാത്യകാ. നീ ആരേയും വണങ്ങണ്ടാ. നിന്റെ ചലനങ്ങളിൽ നിന്നുതന്നെ നിന്റെ പ്രത്യേകതകൾ ഞാൻ മനസ്സിലാക്കുന്നു.

പക്ഷേ ഒരുകാര്യം. നിന്റെ നട്ടെല്ല് വളയില്ലെന്ന് പറഞ്ഞില്ലേ? അതു വളഞ്ഞില്ലെങ്കിലും ഒടിയാതെ നോക്കിക്കൊള്ളണം.''

എല്ലാവരും, സാത്യകൻപോലും ഗുരുമൊഴി ശ്രവിച്ച് ചെറുതായി ചിരിച്ചെങ്കിലും അവന്റെ ഉള്ള് പിടയുകയായിരുന്നു. ഗൂഢാർത്ഥ പൊരുൾ പൊതിഞ്ഞതായിരുന്നോ ഗുരുവചനം... എങ്കിൽ അത് എന്തിന്റെ തുടക്കമാണ്? അങ്ങനെ അധികം ചിന്തിക്കാൻ സാത്യകന് കഴിഞ്ഞില്ല. അപ്പോഴേക്കും ഗുരു ചോദിച്ചു:

''സാത്യകാ... ഞാൻ നിന്നോടൊരു കാര്യം ചോദിക്കുകയാണ്– തുറന്നുചോദിക്കുകയാണ്. കഷ്ടപ്പെടുന്ന കാവിക്കുന്നുകാർക്ക് രക്ഷാമാർഗ്ഗമായി ഞാൻ മൃത്യുമന്ത്രം ഉപദേശിച്ചപ്പോൾ അതു ശ്രവിച്ച് ആഹ്ലാദം പ്രകടിപ്പിക്കാതിരുന്ന ഏക വ്യക്തി നീയാണ്. നീ മാത്രമാണ്. ഞാനതു കണ്ടിരുന്നു. ശ്രദ്ധിച്ചിരുന്നു. എന്താണ് കാരണം?''

ഗുരുവിന്റെ ചോദ്യംകേട്ട് മേഘരൂപനും ഗായത്രിയും ഞെട്ടിപ്പോയി. അദ്ദേഹം എല്ലാം മനസ്സിലാക്കിക്കാണുമോ? സാത്യകൻ ഗുരുവിന്റെ അപ്രീതിക്കു പാത്രമാകുമോ? അവനെമാത്രം അദ്ദേഹം മോചിപ്പിക്കാതിരിക്കുമോ?

ഭയാശങ്കകൾ നിറഞ്ഞ നിമിഷം അസ്വാസ്ഥ്യത്തിന്റെ കാറ്റുതിർക്കവേ അതാകെ അപ്രസക്തമാക്കുന്ന മേഘഗർജ്ജനമായി സാത്യകന്റെ വാക്കുകൾ ഉയർന്നുമുഴങ്ങി:

''ഗുരോ, എന്റെ മനുഷ്യരുടെ ക്ഷേമം എനിക്ക് പ്രിയതരമാണ്. പക്ഷേ അവരുടെ ദുഃഖം എനിക്കതുപോലെതന്നെ അപ്രിയവുമാണ്. അവിടുന്ന് ഇതുമാത്രം ധരിച്ചാൽ മതി.''

ഗുരു മൗനിയായി. മേഘരൂപനും ഗായത്രിയും നിശ്ചലരായി. കാവിക്കുന്നിലെ കാറ്റുമാത്രം അപ്പോഴൊക്കെയും വരണ്ട വീശറി നീട്ടി വീശിക്കൊണ്ടിരുന്നു. ഒടുവിൽ നീണ്ട മൗനത്തിന്റെ വല്മീകം പൊട്ടിച്ച് പുറത്തുവന്ന ഗുരു സൗമ്യനായി സാത്യകനോട് പറഞ്ഞു:

''സാത്യകാ, ഇവിടുത്തെ മനുഷ്യരുടെ മോചനമാണ് ഇപ്പോൾ എന്റെ ലക്ഷ്യം. അതിനായാണ് ഞാൻ വന്നത്. കഷ്ടപ്പെടുന്ന ഈ മനുഷ്യർക്ക് രക്ഷാമാർഗ്ഗം കാട്ടിക്കൊടുക്കുകയാണ് എന്റെ ദൗത്യം. മാത്രമല്ല, ഈ ലക്ഷ്യം നിറവേറ്റാനുള്ള ചുമതലകൂടി ഞാൻ ഏറ്റിരിക്കുന്നു. അത് എന്റെ ബോധ്യത്തിൽനിന്ന് ഉരുത്തിരിഞ്ഞ ശരിയുമാണ്. അതിനിടയിൽ ഇവിടെ ഒരാൾ എന്റെ ശ്രമങ്ങളെ എതിർത്താൽ ഞാനെല്ലാം വേണ്ടെന്നുവയ്ക്കും.''

ഗുരുവിന്റെ ദൃഢവചനങ്ങൾ കേട്ട് മേഘരൂപൻ യാചനാഭാവത്തിൽ സാത്യകനെ നോക്കി. ഗായത്രിയും അതേ ഭാവത്തോടെ

എന്തോ അപേക്ഷിക്കുന്നതായി സാത്യകന് തോന്നി. ഒടുവിൽ താൻ മൂലം ഒന്നും മുടങ്ങേണ്ടെന്ന് കരുതി അവൻ തെളിച്ചുപറഞ്ഞു:

''ഗുരോ, അങ്ങു തെറ്റിദ്ധരിക്കേണ്ട. എല്ലാവരുടെയും നന്മയിൽ എനിക്ക് ആഹ്ലാദമേ ഉള്ളൂ. അവരുടെ നാശം എനിക്ക് ദുഃഖകരമാണെന്നുകൂടി ഞാൻ വേദനയോടെ അറിയിക്കുന്നു. എന്റെ എതിർപ്പു സങ്കല്പിച്ച് ഈ കർമ്മം മുടങ്ങണ്ട. പക്ഷേ സ്വയം തോന്നി ഈ കാവിക്കുന്നിലെ ഒരാളെങ്കിലും അഖണ്ഡ ആത്മാഹുതിയെ എതിർത്താൽ അവനോടൊപ്പം ഞാനും കാണും.''

ഗുരു അസ്വസ്ഥനായി.

അതുകണ്ടാവാം ഗായത്രി ഇടപെട്ടത്.

അവൾ ഗുരുവിനോടു പറഞ്ഞു:

''ഗുരോ, സാത്യകൻ അങ്ങയെപ്പോലെ സത്യകാമിയാണ്. ജീവന്റെ അവസാനത്തെ സ്പന്ദംവരെയും അവൻ സത്യകാമിയായിരിക്കും. അവനെ പൂർണ്ണമായി വിശ്വസിക്കാം.''

ഗുരുവിന് ധൈര്യം പകരാനായി അവൾ തുടർന്നു:

''അങ്ങയുടെ നിർദ്ദേശം ഇവിടെ എല്ലാവർക്കും സ്വീകാര്യമാണ്. ആരും എതിർക്കില്ല.''

ഗുരു ഒന്നുചിരിച്ചു. എന്നിട്ട് ആരോടുമല്ലാതെ പറഞ്ഞു:

''സാത്യകനെ മറ്റാരുമറിയുന്നതിനേക്കാൾ ഇപ്പോൾ ഞാൻ അറിയുന്നു. ആ അറിയലാണ് എന്റെ അസ്വാസ്ഥ്യത്തിനു ഹേതു.''

ഇതുകേട്ട് സാത്യകൻ തികഞ്ഞ നിർവികാരതയോടെ പറഞ്ഞു:

''ഗുരോ, അഗ്നിക്ക് ഹവിസ്സുമായി ഞങ്ങൾ മടങ്ങിവരാം.''

എന്നിട്ട് അവൻ ഗായത്രിയേയും മേഘരൂപനേയും വിളിച്ചു:

''വരൂ ഗായത്രി, വരൂ മേഘരൂപാ.''

അവർ നടന്നു തുടങ്ങുമ്പോൾ ആര്യഗുരു സ്വയം പറഞ്ഞു:

ഞാൻ അഗ്നിശാല തയ്യാറാക്കട്ടെ.

ഇരുപത്തിരണ്ട്

ആര്യവനത്തിന്റെ ആരംഭത്തിൽ അഗ്നിക്ക് ഹവിസ്സ് തിരയുമ്പോൾ പെട്ടെന്നാണ് സാത്യകന് ഒരുൾവിളിയുണ്ടായത്. ഈ ദേഹം ദഹിപ്പിക്കാൻ എന്തിന് അന്യവസ്തുക്കൾ തേടണം; ഈ ദേഹം തന്നെയുള്ളപ്പോൾ?

സാത്യകൻ അക്കാര്യം മേഘരൂപനോടും ഗായത്രിയോടും പങ്കുവച്ചു. അവർക്കതു മനസ്സിലായില്ല. ഒടുവിൽ സാത്യകൻ അവരോട് ഇങ്ങനെ ചോദിച്ചു: ''ഞാനില്ലേ എന്നെ ദഹിപ്പിക്കാൻ? എന്നിലെ ഭൗതികാംശങ്ങൾ പോരെ എനിക്ക് ദഹിക്കാൻ?''

പുതിയൊരു വെളിച്ചം കിട്ടിയതുപോലെയായി ഗായത്രിക്ക്. അവൾ സാത്യകന്റെ വലത്തെ തോളിൽ തൂങ്ങി, ആ ചെവിയിൽ ചുംബിച്ച് മൊഴിഞ്ഞു: ''സാത്യകാ, അങ്ങു പറയുന്നത് എത്ര ശരിയാണ്.''

എന്നിട്ടവൾ സ്വയം പറഞ്ഞു:

''എല്ലാം നമ്മിൽതന്നെ ഉണ്ടായിരിക്കെ എന്തിന് നാം അവയെ മറ്റൊരിടത്തു തിരയുന്നു.'' തുടർന്ന് അല്പം ഉറക്കെയായി അവളുടെ ആത്മഗതം: ''എന്തും ഏതും എപ്പോഴും പുറമേ അന്വേഷിക്കാനുള്ള ത്വര നമ്മെത്തന്നെ വിഡ്ഢികളാക്കുന്നു.''

ഗായത്രി പറഞ്ഞത് പൂർണ്ണമായും ശരിയാണെന്ന് മേഘരൂപനും തോന്നി- എല്ലാം എന്നിലുണ്ട്. എനിക്ക് ദഹിക്കാൻ എന്റെ ദേഹം മതി. എന്റെ ദേഹത്തിന്റെ ഭൗതികാംശങ്ങൾ.

സാത്യകന്റെ ദർശനപ്പൊരുൾ ഉൾക്കൊണ്ട്, നിറഞ്ഞ മനസ്സോടെ മേഘരൂപൻ പറഞ്ഞു: ''എന്റെ സാത്യകാ, നീ എത്ര ശരിയായി ചിന്തിക്കുന്നു. അഗ്നിക്ക് ഹവിസ്സർപ്പിക്കാനലയുന്ന നമ്മുടെ മനുഷ്യരോടും നമുക്ക് ഇക്കാര്യം പറയാം.''

ഗായത്രി അതു വിലക്കി:

''വേണ്ട. സ്വന്തം ദേഹം ദഹിപ്പിക്കാൻ വേണ്ടത് അവർ സ്വയം തിരഞ്ഞെടുക്കട്ടെ.''

ഗായത്രിയെ എതിർക്കാൻ മേഘരൂപന് കഴിയുമായിരുന്നില്ല. വെറുതെ അവളെ നോക്കിനില്ക്കാനേ അവന് സാധിച്ചുള്ളൂ.

എന്തോ കണ്ടെത്തിയതുപോലെ ഗായത്രി പെട്ടെന്ന് നിശ്ചലയായി. തുടർന്ന് എവിടെ നിന്നോ അലൗകികമായൊരു ഗന്ധം ആസ്വദിച്ചുകൊണ്ട് അവൾ കാമുകരോടായി പറഞ്ഞു:

“ഇതാ, മദഗന്ധം വീശുന്നു. ഞാൻ ഉന്മത്തയാകുന്നു. പ്രിയപ്പെട്ടവരേ, കാവിക്കുന്നിലെ നമ്മുടെ അവസാന രാത്രിയാണിത്. നമുക്കീ രാത്രിയെ അനശ്വരമാക്കാം.”

തുടർന്ന് മുകളിലേക്ക് നോക്കി അവൾ മൊഴിഞ്ഞു:

“ഇതാ, ആകാശം നിറയെ നക്ഷത്രപ്പൂക്കൾ. മേഘരൂപാ, സാത്യകാ, നമുക്ക് ആകാശത്തെ പിടിച്ചുകുലുക്കാം. പൊഴിഞ്ഞുവീഴുന്ന നക്ഷത്രപ്പൂക്കൾ വാരിച്ചൂടാം.”

കാമുകരുടെ പ്രതികരണങ്ങൾക്ക് കാക്കാതെ സ്വപ്നാടകയെപ്പോലെ അവൾ മേഘരൂപനെ പേരെടുത്തു വിളിച്ച് കൊഞ്ചി:

“നീ മേഘരൂപനല്ലേ, മേഘങ്ങളുടെ തോഴൻ. നിനക്ക് തൊടാൻ പാകത്തിലല്ലേ ആകാശവൃക്ഷം. മേഘങ്ങൾ മേയുന്ന കുന്നിനുമീതെ ആകാശവൃക്ഷം പൂത്തുവിരിയുന്നതാണ് നക്ഷത്രപ്പൂക്കളെന്ന് നീ എന്നോടു പറഞ്ഞിട്ടില്ലേ? ഇതാ ആകാശവൃക്ഷം പൂത്തുലഞ്ഞിരിക്കുന്നു. എമ്പാടും നക്ഷത്രപ്പൂക്കൾ. മേഘങ്ങൾക്ക് മേലെനിന്ന് കൈകളുയർത്തി നക്ഷത്രപ്പൂക്കളിറുത്ത് എന്നെ ചൂടിക്കാമോ?”

അവൾ സാത്യകനേയും പേരെടുത്തുവിളിച്ചു പ്രേമപൂർവ്വം നിർബന്ധിച്ചു: “സാത്യകാ, പ്രിയ സാത്യകാ നിന്നാൽ അസാധ്യമായതെന്തുണ്ട്? നിലാവിതളുകൾ പൊഴിയുന്നതു നീ കാണുന്നില്ലേ, അവ വാരിയെടുത്ത് എന്റെ മേൽ വർഷിക്കൂ. ഞാൻ നഗ്നയാകട്ടെ, നിലാവിതളുകളാൽ നീ എന്നെ മൂടുമോ?”

പെട്ടെന്ന് അവളുടെ സ്വരം ലഹരിപൂണ്ടു:

“മേഘരൂപാ, സാത്യകാ അംബരവീഥിയിലെ നിലാതല്പം നിങ്ങൾ കണ്ടോ? നമുക്കതിൽ അമരാം.”

തുടർന്ന് പറയാൻ വാക്കുകളില്ലാതെ കാമം വഴിയുന്ന കണ്ണുകളോടെ, അവൾ കാമുകരെ ഉറ്റുനോക്കി.

അവരിൽ യാതൊരു ഭാവവ്യത്യാസങ്ങളും കാണാഞ്ഞ് അവൾ വീണ്ടും കേണു: “എന്നെ ശുദ്ധശൂന്യയാക്കൂ. എന്റെ മനസ്സും ശരീരവും നിങ്ങൾ പകുത്തെടുക്കൂ.”

ഗായത്രിയുടെ കാമാതുരമായ മൊഴികൾ സാത്യകനെ ചലിപ്പിച്ചു. അയാൾ അവളുടെ വലതുകരം ഗ്രഹിച്ചു. ആ കയ്യുകളാകെ ഉമ്മകൾ കൊണ്ടുമൂടി. അവളുടെ വലതുകണ്ണും വലതു ചെവിയും

അയാൾ ചുണ്ടുകൾകൊണ്ട് ഒപ്പിയെടുത്തു. വിതുമ്പിനിന്ന അവളുടെ വലതുമുലയെ മൃദുവായി തലോടി. ഊറിവന്ന അമൃതിന്റെ തുള്ളികൾ അയാൾ ആർത്തിയോടെ നുണഞ്ഞു.

സാത്യകൻ വല്ലാത്തൊരനുഭൂതിയിലായി. അയാൾ ചുണ്ടുകൾ താഴേക്കിഴച്ചു. ഗായത്രിയുടെ മുലകൾക്കുതാഴെ മൃദുത്വമാർന്ന ഉദരത്തിന്റെ വലതുവശങ്ങളിൽ അയാൾ നാവോടിച്ചു. അതിനുതാഴെ കാമക്കയമായ പൊക്കിൾച്ചുഴിയുടെ വലതുകരയിൽ അയാൾ നാവും ചുണ്ടുകളും തളർത്തിവച്ച് വിശ്രമിച്ചു. വീണ്ടും താഴേക്കുതാഴേക്കിഴഞ്ഞ ചുണ്ടുകളും നാവും ജന്മാന്തരങ്ങളുടെ സുകൃതംതേടി. ഒടുവിൽ സത്യം ദർശിച്ച സത്യകാമനായ സാത്യകൻ അവളുടെ വലതു കാൽമുട്ടിൽ ചുംബിച്ച് പ്രപഞ്ചശൈത്യ സിരാകേന്ദ്രമായ ആ വലതു കണംകാലിൽ കുളിർമ്മ തേടി. അവസാനം വലതുപാദത്തിൽ മുഖം മുട്ടിച്ച് അവൻ പ്രാർത്ഥിച്ചു:

‘‘ഗായത്രി, ഗതകാലജന്യമാം ശതകോടി ദുരിതനാശിനീ, ദേവീ, എന്റെ ആനന്ദത്തിന്റെ ഈ അസുലഭ നിമിഷങ്ങളിൽ, ഈ പരമാനന്ദ മുഹൂർത്തത്തിൽ കാലപരിധിയില്ലാത്ത തടവുകാരനായി എന്നെ തളച്ചിടൂ. എനിക്കു മോചനം വേണ്ട ദേവീ. എന്നെ നീ അടിമയാക്കൂ. ഇവിടെ ഈ പാദത്തിൽ എന്നെ നീ തളച്ചിടൂ.’’

അപ്പോഴൊക്കെയും ഗായത്രി, അവൾക്ക് അജ്ഞാതമായ അതീന്ദ്രീയാനന്ദത്തിന്റെ ആന്ദോളനങ്ങളിലായിരുന്നു. എങ്കിലും അപൂർണ്ണതയുടെ എന്തോ ഒന്ന് അവളെ വീർപ്പുമുട്ടിച്ചു.

അസ്വാസ്ഥ്യത്തിന്റെ ആഴങ്ങളിൽ അലഞ്ഞുനടക്കവേ സ്വന്തം ഇടതുഭാഗത്തിന്റെ ഭാരമാണ് തളർത്തുന്നതെന്ന് കടുത്ത നൈരാശ്യത്തോടെ അവൾ മനസ്സിലാക്കി.

സാത്യകൻ നുകർന്ന, അയാൾക്ക് അവകാശപ്പെട്ട വലതുഭാഗം മാത്രമേ സ്വതന്ത്രമായിട്ടുള്ളുവെന്നും മനസ്സിന്റെയും ശരീരത്തിന്റെയും ഇടതുഭാഗം പൂർണ്ണമായും ദാഹിച്ചുഴലുകയാണെന്നും ആവർത്തിച്ചു ബോധ്യപ്പെട്ട ഗായത്രി കാമാർത്തിയോടെ മേഘരൂപനെ നോക്കി.

അപ്പോഴൊക്കെയും അയാൾ മറ്റൊന്നും കാണാതെ അനന്തതയോടു സംവദിക്കുകയായിരുന്നു. ചുരത്തിവന്ന ഇടതുമുലയെ മേഘരൂപന്റെ ചുണ്ടുകളിലേക്ക് തിരുകിക്കൊണ്ട് അവൾ കരഞ്ഞു:

‘‘എന്റെ പ്രിയപ്പെട്ടവനേ, ഈ അമൃതം നുകർന്ന്, എന്നെ മുക്തയാക്കിയാലും.’’

അയാൾ മുല തുപ്പിക്കൊണ്ട് നിസ്സഹായനായി പറഞ്ഞു:

‘‘വയ്യ, ഗായത്രി, എനിക്കു വയ്യ.’’

അവൾ വീണ്ടും വിലപിച്ചു:

“മേഘരൂപാ, എന്നെ പരീക്ഷിക്കരുതേ, എന്റെ ഇടതുഭാഗമത്രയും നിങ്ങൾക്കായി ദാഹിക്കുകയാണ്. എനിക്കു വയ്യ. നിങ്ങൾക്ക് അവകാശപ്പെട്ടത് സ്വീകരിച്ച് എന്നെ മുക്തയാക്കിയാലും.”

അതുകേട്ട്, ധർമ്മസങ്കടങ്ങളിൽപെട്ടുഴന്നുകൊണ്ട് അയാൾ പറഞ്ഞു:

“ഞാൻ വിചാരിച്ചാൽപോലും എനിക്കൊന്നിനും കഴിയില്ല ഗായത്രി. എന്റെ മനസ്സാകെ, സംഘർഷഭരിതമാണ്.”

ഗായത്രി വീണ്ടും കരഞ്ഞു. അവൾ മേഘരൂപനിൽ ഭ്രാന്തമായ കാമം കുത്തിവയ്ക്കാൻ ശ്രമിച്ചു. പക്ഷേ ഒന്നും ഫലം കണ്ടില്ല. ഒടുവിൽ ഒരു സ്വപ്നാവസ്ഥയിൽ മേഘരൂപൻ തീർത്തുപറഞ്ഞു:

“ഗായത്രീ, നിനക്കെന്നല്ല, ഭൗതികമായ യാതൊന്നിനും ഇനിയെന്നെ ഭ്രമിപ്പിക്കാൻ കഴിയില്ല. ഞാൻ മൃത്യുസൂത്രത്തിലൂടെ മരണത്തെ അറിയുന്നു. മരണത്തെ കാണുന്നു. മരണത്തെ ഗന്ധിക്കുന്നു. മരണത്തെ സ്പർശിക്കുന്നു.”

കാമം, താപം, കോപം ഇവയാൽ പരവശയായ ഗായത്രി കുറേനേരം അനന്തതയോടു വിലപിച്ചു. പിന്നെ സ്വയം നിയന്ത്രിക്കാൻ ശ്രമിച്ചു. ഒന്നും ഫലിച്ചില്ല. ഒടുവിൽ സത്യധർമ്മങ്ങൾ മറന്ന്, വിശ്വാസാനുഷ്ഠാനങ്ങൾ വെടിഞ്ഞ് അവൾ സാത്യകനെ വാരിപ്പുണരാൻ ശ്രമിച്ചു. സ്വന്തം ശരീരത്തിന്റെ ഇടതുഭാഗംകൂടി അവൾ സാത്യകന് നല്കുവാൻ തയ്യാറായി.”

അതുവരെ മയങ്ങിക്കിടന്ന സാത്യകൻ ഞെട്ടിയുണർന്നു:

“വേണ്ട ഗായത്രി. നിഷേധിക്കപ്പെട്ട ഒന്നും എനിക്ക് വേണ്ട; പ്രത്യേകിച്ച് നിന്റെ ഇടതുഭാഗം.”

അവൾ സാത്യകനോട് കരഞ്ഞു: “എന്നോടു ക്രൂരത കാട്ടാതെ സാത്യകാ, എന്നെ ശ്വാസംമുട്ടിക്കാതെ സാത്യകാ.”

സാത്യകൻ അതു നിഷേധിച്ചു:

“അർഹതയില്ലാത്തതൊന്നും ഞാൻ സ്വീകരിക്കില്ല. നിന്റെ ഇടതുഭാഗം എന്റേതല്ല. എന്റേതല്ലാത്തതൊന്നും എനിക്കു വേണ്ടാ.”

അവൾ വീണ്ടും നിർബന്ധിച്ചപ്പോൾ സാത്യകൻ തീർത്തു പറഞ്ഞു: “വേണ്ട ഞാൻ സത്യകാമിയാണ്. എന്റെ ജീവന്റെ അവസാനത്തെ സ്പന്ദംവരെയും ഞാൻ അങ്ങനെതന്നെയിരിക്കും. എന്റേതല്ലാത്തതൊന്നും ഞാൻ സ്വീകരിക്കില്ല.”

അവൻ തിർത്തുപറഞ്ഞപ്പോൾ ഗായത്രി ആകെ തളർന്നുപോയി. അവളിൽനിന്ന് ബഹിർഗമിച്ച, അമർന്ന കാമത്തിന്റെ പൊട്ടിത്തെറികൾ ശ്രദ്ധിച്ചുകൊണ്ട് ആര്യവനം അപ്പോഴും ഉറങ്ങാതെ കിടക്കുകയായിരുന്നു.

ഇരുപത്തിമൂന്ന്

ഉദ്യാനത്തിലെ യാഗശാലയ്ക്കു നടുവിൽ ജ്വലിച്ചുയർന്ന അഗ്നി നാളങ്ങൾക്കരികെ മറ്റൊരു ജ്വാലയായി ആര്യഗുരു നിലകൊണ്ടു. നിരനിരയായി വന്നുനിറയുന്ന മനുഷ്യരെ അദ്ദേഹം സാകൂതം വീക്ഷിച്ചു. ആദ്യം വന്നത് ഗായത്രിയായിരുന്നു.

നിറഞ്ഞുതുളുമ്പുന്ന അവളുടെ കണ്ണുകൾക്കും വിറയാർന്ന ചുണ്ടുകൾക്കും തളരാത്ത മുലകൾക്കും മുന്നിൽ നീട്ടിപ്പിടിച്ച കൈകളിൽ അഗ്നിക്ക് അർപ്പിക്കാനായി അവൾ അവളെത്തന്നെയാണ് വഹിച്ചിരുന്നത്.

ആര്യഗുരു അവളെ സാകൂതം നോക്കി. കഴിഞ്ഞദിവസം കണ്ട സ്വർണ്ണവിഗ്രഹംപോലുള്ള, പ്രസന്നവതിയായ പെൺകുട്ടിയല്ല അവൾ ഇപ്പോൾ. അസ്വാസ്ഥ്യത്തിന്റെയും അതൃപ്തിയുടേയും ആഴങ്ങളിൽ അകപ്പെട്ട് വീർപ്പുമുട്ടുന്ന ഒരു വിങ്ങൽ അപ്പാടെ ആൾരൂപംപൂണ്ട താണ് അവളെന്ന് ഗുരുവിനു തോന്നി.

എന്താണാവോ ഈ മാറ്റത്തിനു കാരണം? ആര്യഗുരു അതാലോചിക്കാൻ തുനിഞ്ഞെങ്കിലും അടുത്തതായി കടന്നുവന്ന സാത്യകനെ കണ്ടപ്പോൾ അദ്ദേഹം മറ്റെല്ലാം മറന്നുപോയി.

സാത്യകന്റെ കണ്ണുകൾ അസാധാരണമായ ധൈര്യത്താൽ തിളങ്ങിയിരുന്നു. അവന്റെ മുഖത്ത് ഏതോ ദൃഢനിശ്ചയത്തിന്റെ പ്രഭ പ്രകാശം പരത്തി. വിരിഞ്ഞ മാറിനു താഴെ ആദരപൂർവം നീട്ടിയ കൈകളിൽ അഗ്നിക്ക് അർപ്പിക്കാനുള്ള ഹവിസ്സായി അവൻ അവനെത്തന്നെയാണ് കരുതിയിരുന്നത്.

അതിനുപിന്നിൽ നിസ്സംഗനായ മേഘരൂപനാണ് കടന്നുവന്നത്. സ്വപ്നാവസ്ഥയിലെന്നപോലായിരുന്നു അവന്റെ ചലനങ്ങൾ. ഹവിസ്സായി അവനും അവനെത്തന്നെ വഹിച്ചിരുന്നു.

ഗായത്രിയും സാത്യകനും മേഘരൂപനും അഗ്നിക്ക് അർപ്പിക്കാൻ കൊണ്ടുവന്ന ഹവിസ്സിന്റെ ഐകരൂപ്യം കണ്ട് എന്തോ ചോദിക്കുവാൻ

ഗുരു തുനിഞ്ഞെങ്കിലും ആർത്തുവന്ന ജനങ്ങളെല്ലാം അവരുടെ കയ്യിൽ അവരെത്തന്നെയാണ് കരുതിയിരിക്കുന്നതെന്ന വസ്തുത അദ്ദേഹത്തെ ആശ്ചര്യഭരിതനാക്കി.

കാവിക്കുന്നിന്റെ ഏകമുഖം - ഐകരൂപ്യമുള്ള മനനവും കർമ്മവും അനുഷ്ഠാനക്രിയാമുന്നൊരുക്കവും ആര്യഗുരുവിനെ വിസ്മയപ്പെടുത്തി. ആ വിസ്മയവിഭ്രമത്തിൽ അദ്ദേഹം സത്യത്തിന്റെ മുഖം ഒരിക്കൽക്കൂടി കണ്ടു. മരണത്തിന്റെ മുന്നിൽ എല്ലാവരും ഏകരാണ്; എല്ലാവരും സമന്മാരും. ആചാര്യനെന്ന നിലയിൽ അർപ്പിക്കാനുദ്ദേശിച്ച ഹവിസ്സിനെപ്പറ്റി സ്വയം ചിന്തിച്ചപ്പോൾ ആര്യഗുരു അത്ഭുതം കൂറി. കർമ്മാനുഷ്ഠാനങ്ങൾക്കെല്ലാം നേതൃത്വം നൽകുന്ന ആചാര്യൻപോലും ഇവിടെ സമന്മാരിൽ സമൻ മാത്രം.

ഉദ്യാനം നിറഞ്ഞുകവിഞ്ഞ മനുഷ്യരെ ഒന്നുനോക്കി, ജ്വലിച്ചുയർന്ന അഗ്നിക്കു ചുറ്റും വൃത്തത്തിൽ നില്ക്കാൻ ആര്യഗുരു അവരോടാവശ്യപ്പെട്ടു.

മനുഷ്യർ അഗ്നിജ്വാലയ്ക്കു ചുറ്റും സ്വയം ഹോമിക്കപ്പെടാനായി നിരന്നപ്പോൾ അദ്ദേഹം അഗ്നിജ്വലിപ്പിച്ചു.

ആളിപ്പടർന്നുയർന്ന വഹ്നിയെ മുഖാമുഖം കണ്ടു തപിച്ച സൂര്യനേയും അഗ്നിയെ ആത്മാവിൽ ആവാഹിച്ച ഭൂമിയേയും ഏറെനേരം ആര്യഗുരു നിർന്നിമേഷനായി, ധ്യാനലീനനായി നോക്കിനിന്നു.

സൂര്യനെ വെല്ലാൻ അഗ്നിക്കുമാത്രമേ കഴിയൂ എന്നറിയുന്ന ആര്യഗുരു അക്കാര്യം ഭൂമിയോടു സ്വകാര്യമായി മന്ത്രിച്ചു.

സൗരതാപം സഹിയാഞ്ഞ് ഒഴിഞ്ഞോടിപ്പോയിട്ടും വിടാതെ പിന്തുടർന്ന് പിടികൂടി കതിർക്കാലുകളും താങ്ങിയുള്ള ഭ്രമണശിക്ഷ വിധിച്ച സൂര്യൻ എവിടെയെങ്കിലും ഒന്നു പരാജയപ്പെടുന്നതു കാണണ്ടേ എന്നായിരുന്നു ഭൂമിയോട് ആര്യഗുരു ആരാഞ്ഞത്. ഭൂമി അതിനോടു ചെറുതായിപ്പോലും, പ്രതികരിച്ചില്ല. ആര്യഗുരു അതു കാര്യമാക്കാതെ സൂര്യനുമായുള്ള അഗ്നിയുടെ തുലനാവസ്ഥ വിശദീകരിച്ചതും ഗൂഢമന്ത്രത്തിലൂടെയായിരുന്നു:

മനുഷ്യമനസ്സിന് രൂപത്തെ അഥവാ വിഗ്രഹത്തെ മാത്രമേ ഉൾക്കൊള്ളുവാൻ സാധിക്കുകയുള്ളൂ. സർവ്വവ്യാപിയും അദൃശ്യ സങ്കല്പവുമായ ദൈവം ഉൾപ്പെടെയുള്ള പ്രപഞ്ചശക്തികളെ മനസ്സിലേക്ക് ആവഹിച്ച് സങ്കല്പം ചെയ്യുവാനോ പ്രത്യേക രൂപാകൃതിയിൽ ഉൾക്കൊള്ളുവാനോ മനുഷ്യർ അപ്രാപ്തരാണ്. അതുകൊണ്ടാണ് പ്രപഞ്ച പദാർത്ഥങ്ങളായ അഗ്നി, സൂര്യൻ എന്നീ രൂപങ്ങൾ പൂർവ്വ വിഗ്രഹങ്ങളായത്. അതിൽ ആദ്യത്തേതാണ് അഗ്നി. ആ അഗ്നിയാണ് സൂര്യനെ നിഷ്പ്രഭമാക്കി ഇവിടെ ജ്വലിക്കുന്നത്.

അത്രയും കേട്ടിട്ടും ഭൂമിയുടെ മുഖത്ത് യാതൊരു ഭാവമാറ്റവും കാണാഞ്ഞ് ആര്യഗുരു സ്വകർമ്മത്തിലേക്ക് മടങ്ങി.

ഉദ്യാനമാകെ അഗ്നിജ്വാല പടർന്നിരിക്കുന്നു. ആര്യഗുരു അതു നോക്കി അല്പനേരം അങ്ങനെനിന്നു. ജ്വലിക്കുന്ന സൂര്യനേക്കാൾ ഊർജ്ജത്തോടെ അഗ്നി ആളുന്നതായി അദ്ദേഹത്തിന് അനുഭവപ്പെട്ടു. നിമിഷങ്ങൾക്കുള്ളിൽ ഈ ഭൂമിയിലെ സകലമനുഷ്യരും ഈ അഗ്നിജ്വാലകളെ പ്രീതിപ്പെടുത്തിക്കൊണ്ട് ആത്മാഹുതി ചെയ്യും! പിന്നെ കെട്ടടങ്ങിയ അഗ്നികുണ്ഡങ്ങൾക്കടിയിൽ, ഏകയായി, ഈ ഭൂമി, മനുഷ്യരോടു കാട്ടിയ ക്രൂരതകളോർത്ത് പശ്ചാത്താപവിവശയായി പൊട്ടിക്കരയും. സൂര്യനാകട്ടെ, തന്നേക്കാൾ ജ്വലനശേഷിയുള്ള അഗ്നിയുടെ ആവാഹന വൈഭവംകണ്ട് നിഷ്പ്രഭനാകും.

ആര്യഗുരു ഭൂമിയെനോക്കി. കോപവും താപവും കലർന്ന കണ്ണുകൾ തുറക്കാതെ ഭ്രമണം ചെയ്യുന്ന ഭൂമി. എല്ലാ ആക്രോശങ്ങളും ആത്മാവിന്റെ ആഴങ്ങളിൽ ഒതുക്കിവച്ച് പ്രതികാരത്തിന്റെ സുഖാലസ്യം ആസ്വദിക്കുകയാണോ ഭൂമി എന്നുപോലും ഒരു നിമിഷം ശങ്കിച്ച ആര്യഗുരു പെട്ടെന്ന് ഭൂമിയോടു പറഞ്ഞു:

''സൗരാഗ്നിയെ ഭയന്നോടിയ വസുന്ധരേ, ഇതാ നിനക്കിപ്പോൾ നിന്റെ ഉദരത്തിൽതന്നെ യഥാർത്ഥ അഗ്നിയെ വഹിക്കേണ്ടിവന്നിരിക്കുന്നു. എന്തൊരു വിധിയാണിത്. നീ ശപിച്ച സർവ്വ മനുഷ്യരേയും നിന്നിൽ ജ്വലിപ്പിച്ച ഈ അഗ്നിയിലൂടെ ഞാൻ രക്ഷപ്പെടുത്താൻ പോകുന്നു. എന്റെ വാഗ്ദാനം ഞാൻ നിറവേറ്റുന്നു. ഇതാ, എന്റെ തീർത്ഥാടനം ഇവിടെ അവസാനിക്കുകയാണ്.''

ഇത്രയും പറഞ്ഞ് ആര്യഗുരു വീണ്ടും ഭൂമിയെനോക്കി.

അടക്കിയ അമർഷങ്ങളുമായി വിങ്ങിവിതുമ്പുന്ന ഭൂമിയോട് ആര്യഗുരുവിന് പെട്ടെന്ന് സഹതാപം തോന്നി; ഉടൻതന്നെ അദ്ദേഹം ഭൂമിയെ ആശ്വസിപ്പിക്കുകയും ചെയ്തു:

''വസുന്ധരേ കരയാതെ. സൂര്യനോടു പറയൂ നിന്നെ മോചിപ്പിക്കാൻ.''

അപ്പോഴും ഭൂമി വിങ്ങുകയാണോ എന്ന് ആര്യഗുരുവിന് സംശയമായി. അധികനേരം അതു കണ്ടുനിന്നാൽ സ്വന്തം മനസ്സുകൂടി ശോകമൂകമാകുമെന്നു ഭയന്ന ഗുരു കാവിക്കുന്നിലെ ജനങ്ങളോടു പറഞ്ഞു:

''അഗ്നിപ്രവേശത്തിനു സമയമായി - ഇതാ ആദ്യം ഞാൻ. എന്നെ നിങ്ങൾ പിന്തുടർന്നുകൊള്ളൂ.''

ആര്യഗുരുവിനെ തടഞ്ഞുകൊണ്ട് ജനം വിളിച്ചുപറഞ്ഞു:

''വേണ്ട. ആദ്യം ഞങ്ങൾ. അവസാനം അങ്ങ്.''

അപ്പോൾ സാത്യകൻ ഗുരുവിന്റെ അനുമതിതേടി:

"എന്നെ അഗ്നിപ്രവേശത്തിനനുവദിച്ചാലും."

മേഘരൂപൻ അതു തടഞ്ഞു:

"അതൊട്ടും പാടില്ല. ഇടയ്ക്കെപ്പോഴെങ്കിലുമോ, അവസാനമോ ആരെങ്കിലും പിന്മാറുകയാണെങ്കിൽ അവരോടൊപ്പം നീയും ഉണ്ടാകണം. അതുകൊണ്ട് നീ അവസാനം മതി."

എന്നിട്ടവൻ ഗുരുവിനോട് അപേക്ഷിച്ചു:

"ഗുരോ, അഗ്നിപ്രവേശത്തിന് എനിക്ക് അനുമതി നൽകിയാലും."

അതുകേട്ടതോടെ ഗായത്രി മുന്നോട്ടുവന്ന് മേഘരൂപനെ തടഞ്ഞുകൊണ്ട് പറഞ്ഞു:

"മേഘരൂപൻ ഗുരുവിനോടൊപ്പം അഗ്നിപ്രവേശം ചെയ്താൽ മതി. എല്ലാറ്റിനും മുന്നിൽനിന്ന ആൾ ആദ്യം രക്ഷപ്പെടുന്നത് അനുചിതമല്ലേ?"

ഗായത്രിയുടെ വാക്കുകൾ കേട്ട് മേഘരൂപൻ പിൻവാങ്ങിയപ്പോൾ അവൾ ഗുരുവിനോട് അപേക്ഷിച്ചു:

"ഗുരോ, അഗ്നിപ്രവേശത്തിന് എനിക്ക് അനുമതി തന്നാലും."

എന്നിട്ട് അവൾ സ്വയം പറഞ്ഞു:

"ഞാൻ അതൃപ്തയാണ്, അപൂർണ്ണയാണ്, എനിക്ക് എന്നെ എവിടെയെങ്കിലും ഒളിപ്പിക്കണം."

ആരും ഗായത്രിയെ എതിർത്തില്ല. ആര്യഗുരു അവളെ അഗ്നിപ്രവേശത്തിനനുവദിച്ചു.

ഗുരു ഉപദേശിച്ചതുപോലെ ഏഴടി പിന്നോക്കം മാറി അത്രയുമകലം മുന്നിൽ കണ്ട് അവൾ അഗ്നിയിലേക്ക് എടുത്തുചാടി.

ഇരുപത്തിനാല്

കാവിക്കുന്നിലെ മനുഷ്യരാകെ അഗ്നിജ്വാലയിലേക്ക് ഉറ്റുനോക്കുകയായിരുന്നു. ഗായത്രിയുടെ അഗ്നിപ്രവേശമായിരുന്നു അവർ പ്രതീക്ഷിച്ചത്. എന്നാൽ ഗായത്രി അഗ്നിയിൽ പതിച്ചില്ല.

ഇത് എന്തു ജാലമാണ്!

അത്യത്ഭുതത്തോടെ നോക്കിനിന്ന കാവിക്കുന്നിലെ മനുഷ്യർ അഗ്നിജ്വാലകൾക്കുമീതെ ആ കാഴ്ച കണ്ടു- നീണ്ടുവന്ന ബലിഷ്ഠമായ രണ്ടുകരങ്ങൾ ഗായത്രിയെ താങ്ങി പൊതിഞ്ഞുപിടിച്ചിരിക്കുന്നു. പിന്നവളെ ഇടതുവശംചേർത്ത് മാറോടടുക്കി, ആ കൈകളുടെ ഉടമ കാവിക്കുന്നിലെ മനുഷ്യർക്കിടയിലേക്ക് സാവധാനം നടന്നടുത്തു.

അയാൾക്കൊപ്പം കലിപൂണ്ട കാറ്റും വരണ്ട കാടിന്റെ ഗന്ധവും കാവിക്കുന്നിലേക്ക് വീശിവന്നു.

എന്നാൽ അഗ്നിജ്വാലകൾക്കു മുന്നിൽ കാറ്റ് നിശ്ചലമായി. ഒപ്പംവന്ന ഗന്ധമാകട്ടെ ജനങ്ങളുടെ ഉച്ഛ്വാസങ്ങളിൽ അലിയാൻ തുടങ്ങി.

രക്ഷാമാർഗം മുടങ്ങിയതിൽ രോഷാകുലരായ മേഘരൂപനും സാത്യകനും ഉൾപ്പെടെയുള്ള കാവിക്കുന്നിലെ ജനങ്ങളും ആര്യഗുരുവും അസ്വസ്ഥരായി. അക്ഷമരായ ജനങ്ങൾ ആക്രോശിച്ചു മുന്നോട്ടു കുതിച്ചതാണ്; മേഘരൂപൻ അവരെ തടഞ്ഞു. അതൊന്നും ഗൗനിക്കാതെ ഗായത്രിയെ ഇടതുവശം ചേർത്തമർത്തി, മാറിലൊതുക്കി അതികായനായ ആ മനുഷ്യൻ ജനത്തെ നോക്കി കൗശലപൂർവം ചിരിച്ചു.

ഏറെ കാത്തിട്ടും പ്രതികരണങ്ങൾ കാണാഞ്ഞ് ഗായത്രിയെ തറയിൽ കിടത്തി. ജനത്തെ നോക്കി അയാൾ വീണ്ടും ചിരിച്ചു.

ജനം ആ മനുഷ്യനോട് രോഷം പൂണ്ടു. അന്നുവരെ കാവിക്കുന്നിൽ കണ്ടിട്ടില്ലാത്ത ഏതോ ഒരാൾ!

ആരായിരിക്കും ഇയാൾ?

പക്ഷേ, സാത്യകൻ അയാളെ സംശയിച്ചു - വിങ്ങലുണ്ടാക്കുന്ന വിലക്കുകളുമായി ഇടയ്ക്കിടെ ബോധമണ്ഡലത്തിലെവിടെയോ മിന്നിമറയുന്ന അദൃശ്യരൂപത്തിന്റെ ഛായയില്ലേ ഇയാൾക്ക്? അവനു വീണ്ടും സംശയമായി. കിണർകുഴിക്കലും കുന്നിനു പൊക്കം കൂട്ടാനുള്ള മണ്ണുചുമക്കലും മുടങ്ങിയതിൽ കുപിതനാവുകയും രഹസ്യമായി വന്ന് അതിന്മേലുള്ള പ്രത്യാഘാതങ്ങൾ പ്രവചിക്കുകയും ചെയ്ത അതേ അദൃശ്യൻ!

ഇരുപത്തിയഞ്ച്

അസാധാരണ പൊക്കമുള്ള ആ മനുഷ്യന്റെ കണ്ണുകൾ നീല വൈഡൂര്യംപോലെ തിളങ്ങിയിരുന്നു. ഇരുതോളുകളിലേക്കും ചുരുണ്ടുനീണ്ടു കിടന്നിരുന്ന അയാളുടെ മുടി ഓരോ ചലനത്തിലും ഇളകിയാടിക്കൊണ്ടിരുന്നു. വിരിഞ്ഞ മാറും നീണ്ട കൈകളും ഒതുങ്ങിയ അരക്കെട്ടും ദൃഢമായ കാൽവണ്ണകളുള്ള അയാൾ അസാധാരണനാണെന്ന് കാവിക്കുന്നുകാർക്കൊക്കെയും തോന്നി.

ആരാണ് ഇയാൾ? എന്താണ് ഇയാളുടെ ഉദ്ദേശ്യം? അവരാകെ ശങ്കിച്ചു. മോചനത്തിന്റെ മുഹൂർത്തം മറന്ന ജനങ്ങൾ ആ മനുഷ്യനെത്തന്നെ നോക്കിനിന്നു.

തറയിൽ ബോധമറ്റ് കിടക്കുന്ന ഗായത്രിയേയും ജ്വലിച്ചുയരുന്ന അഗ്നിയേയും അതീവജാഗ്രതയോടെ ശ്രദ്ധിച്ചശേഷം അയാൾ മേഘരൂപനേയും സാത്യകനേയും നിരീക്ഷിച്ചു. പിന്നെ ജനത്തെയും. അയാൾ ആര്യഗുരുവിനെ നോക്കിയതേയില്ല.

തികച്ചും അപ്രതീക്ഷിതമായ ഒരു മുഹൂർത്തത്തിൽ പ്രത്യേക അംഗചലനങ്ങളോടെ അയാൾ കാവിക്കുന്നിലെ മനുഷ്യമഹാസമുദ്രത്തെ നോക്കി ഉറക്കെ വിളിച്ചു:

“ജനങ്ങളേ...”

അവർ അയാൾക്കു വിളി കേട്ടില്ല. എന്റെ മനുഷ്യരേ എന്ന അഭിസംബോധന മാത്രമേ അവർ അതുവരെ കേട്ടിരുന്നുള്ളൂ. ആകാംക്ഷയോടെ നിൽക്കുകയായിരുന്ന കാവിക്കുന്നുകാരോട് അയാൾ ഉറക്കെ വിളിച്ചു പറഞ്ഞു:

“കാവിക്കുന്നിൽനിന്നുയരുന്ന അഗ്നിജ്വാലകളും ധൂമപടലങ്ങളും കണ്ട് നിങ്ങൾക്കെന്തോ ആപത്തു പിണഞ്ഞെന്നു കരുതി രക്ഷിക്കാൻ വന്നതാണ് ഞാൻ – ആത്മനാഥൻ!”

ജനക്കൂട്ടത്തിനിടയിൽ പെട്ടെന്നൊരു ചലനം. അവർ ആത്മനാഥന്റെ പേര് സ്വയം പറഞ്ഞതോ മോചനം വൈകുന്നതിലുള്ള അക്ഷമ പ്രകടിപ്പിച്ചതോ?

ആ ചലനത്തിന്റെ പൊരുൾ വ്യക്തമല്ലായിരുന്നു.

''കാവിക്കുന്നിന്റെ അദൃശ്യസംരക്ഷകനാണ് ഞാൻ.''

അയാൾ അത് ഉറക്കെ പറഞ്ഞപ്പോൾ ജനം അമ്പരന്നുപോയി. ഏതോ ഒരു പ്രഹേളികയായിവന്ന അയാളെത്തന്നെ മേഘരൂപനും സാത്യകനും നോക്കിനിന്നു.

അയാൾ അതൊന്നും ശ്രദ്ധിക്കാതെ പറഞ്ഞുകൊണ്ടിരുന്നു:

''നിങ്ങളുടെ അനുഷ്ഠാനങ്ങളിൽ തൃപ്തനായിരുന്ന ഞാൻ കഴിഞ്ഞ രണ്ടുദിവസം അതു മുടങ്ങിയിട്ടും ക്ഷമിച്ചു. ഇപ്പോൾ ഈ അഗ്നിജ്വാലകൾ കണ്ടപ്പോൾ നിങ്ങൾ അപകടത്തിലാണെന്ന് എനിക്ക് ബോദ്ധ്യമായി.''

ജനം ശരിക്കും ഭയന്നു. ഒരു വിശ്വാസത്തിന്റെ പേരിൽ മാത്രമായിരുന്നു ഇതുവരെയും കാവിക്കുന്നിലെ അനുഷ്ഠാനങ്ങൾ. എന്നാൽ അത് വിധിക്കപ്പെട്ടതും സത്യവുമാണെന്ന് ഇപ്പോൾ തെളിഞ്ഞിരിക്കുന്നു. ഭയന്നുനിന്ന ജനത്തിന് ആത്മനാഥന്റെ ചോദ്യശരങ്ങളാണ് തുടർന്ന് ഏൽക്കേണ്ടി വന്നത്:

''എന്തിനാണ് ഈ അഗ്നികുണ്ഡം? നിങ്ങളിലെ ഭൗതികാംശങ്ങളെല്ലാം എന്തിനാണ് ദഹിപ്പിച്ചത്? അതുകൊണ്ട് എന്തു പ്രയോജനം? എന്തിനാണ് നിങ്ങളുടെ പുറപ്പാട്?''

തുടരെതുടരെയുള്ള ചോദ്യങ്ങൾക്ക് മറുപടിയായി ജനം ഒരേ സ്വരത്തിൽ വിളിച്ചു പറഞ്ഞു:

''ഞങ്ങൾ അഗ്നിപ്രവേശം ചെയ്യുന്നു.''

''എന്തിന്?''

ആത്മനാഥന്റെ ആ ചോദ്യം ആധികാരിക സ്വരത്തിലായിരുന്നു.

ജനം വിശദീകരിച്ചു:

''ഞങ്ങളുടെ ദുഃഖങ്ങളും ദുരിതങ്ങളും കഷ്ടപ്പാടുകളും അവസാനിപ്പിക്കാൻ ഇതുമാത്രമേ മാർഗ്ഗമുള്ളൂ. മാത്രമല്ല അഗ്നിപ്രവേശം ചെയ്താൽ പരമാനന്ദം ലഭിക്കുകയും ചെയ്യും.''

പരിഹാസ്യമായൊരു അട്ടഹാസമാണ് അതിനു മറുപടിയായി അവർ കേട്ടത്. ആ ചിരിയിൽ അവർ ആത്മനാഥനെ കണ്ടില്ല. മുഴുങ്ങുന്ന ആ ചിരി മാത്രമേ അവർക്കു കേൾക്കാൻ കഴിഞ്ഞുള്ളൂ. എത്രയോനേരം ധ്വനികളും പ്രതിധ്വനികളും സൃഷ്ടിച്ച ആ അട്ടഹാസം പെട്ടെന്നു നിലച്ചു.

ഇടിമിന്നലും കൊടുങ്കാറ്റും അവസാനിച്ചതുപോലെയാണ് അപ്പോൾ അവർക്കു തോന്നിയത്. അപ്രതീക്ഷിതമായിട്ടായിരുന്നു, ആത്മനാഥന്റെ തുടർന്നുള്ള ചോദ്യം:

“ദേഹത്യാഗം ചെയ്താൽ ക്ലേശങ്ങൾ തീരുമെന്നും പരമാനന്ദ ത്തിലെത്താമെന്നും ആരാണ് നിങ്ങളോട് പറഞ്ഞത്?”

എല്ലാവരും ഒരേസ്വരത്തിലാണ് മറുപടി പറഞ്ഞത്:

“ഗുരു.”

“ഏതു ഗുരു?”

ജനം വിരൽചൂണ്ടി:

“അതാ ആ നിൽക്കുന്ന ഗുരു. ആര്യഗുരു. ഞങ്ങളുടെ രക്ഷകൻ.”

മേഘരൂപനുൾപ്പെടയുള്ള ജനങ്ങൾ അങ്ങനെ പറഞ്ഞെങ്കിലും ആത്മനാഥൻ ആര്യഗുരുവിനെ നോക്കിയതേയില്ല; പകരം തറയിൽ ബോധമറ്റു കിടന്ന ഗായത്രിയുടെ മുഖത്ത് ജലം തളിച്ച് ഉണർത്താ നാണ് ശ്രമിച്ചത്.

അവൾ പെട്ടെന്ന് ഉണർന്നു. തികച്ചും അപരിചിതമായ ഒരിടത്ത് അകപ്പെട്ടതുപോലെയായിരുന്നു അവളുടെ ആദ്യപെരുമറ്റം.

ക്രമേണ അവളുടെ ഭാവംമാറി.

ആത്മനാഥന്റെ ബലിഷ്ഠമായ കൈകളിൽ ഇടതുവശമമർത്തി ആ മുഖത്തേക്കുനോക്കി അവൾ ആകാംക്ഷയോടെ തിരക്കി:

“എത്തിയോ? ഞാനെത്തിയോ?”

“ഇല്ല.”

കനത്ത സ്വരത്തിൽ അവളുടെ കാതിലേക്ക് ആത്മനാഥൻ പറഞ്ഞു.

“നീ എങ്ങുനിന്നും തിരിച്ചിട്ടില്ല, പിന്നെ എങ്ങനെയാണ് നീ എവിടെയെങ്കിലും എത്തുക?”

“ഞാൻ അഗ്നിപ്രവേശം ചെയ്തതോ?”

അവൾ ചോദിച്ചു.

അതിന് മറുപടിയായി അധികാര ഗർവ്വോടെ മറ്റൊരു ചോദ്യം ചോദിക്കുകയായി ആത്മനാഥൻ:

“ദൈവം സൃഷ്ടിച്ചതും കാലവും പ്രകൃതിയും പരിപോഷിപ്പിച്ച തുമായ ഈ ദേഹത്തെ അഗ്നിയിൽ ദഹിപ്പിച്ച് ഇല്ലാതാക്കാൻ നിന ക്കെന്തധികാരം?”

ഗായത്രി കുഴങ്ങി; കുറ്റംചെയ്ത കുട്ടിയെപ്പോലെ അവൾ ശങ്കിച്ചു. എങ്കിലും അവൾ ഉള്ളിൽ ആനന്ദിക്കുകയായിരുന്നു- ബലിഷ്ഠമായ കരങ്ങളിലാണ് ഞാൻ. ശക്തമായ സുരക്ഷയും സംതൃപ്തിയും അനുഭവപ്പെടുന്നു.

എന്നാൽ അതെല്ലാം ഉള്ളിലൊതുക്കി മയക്കം വിട്ടുണരുംപോലെ അവൾ ആത്മനാഥനെ ഒന്നു നോക്കുക മാത്രം ചെയ്തു. സമ്പൂർണ്ണ കീഴടങ്ങൽ ആ നോട്ടത്തിൽ ദർശിച്ച ആത്മനാഥൻ അവളെ അരികിൽ അണച്ചുനിർത്തി ജനങ്ങളോട് ചോദിച്ചു:

“ഗുരുതരമായ തെറ്റുകൾക്കു ശിക്ഷ നൽകി കാവിക്കുന്നിൽ തടങ്കലിലാക്കിയിരിക്കുന്ന ഒരാൾ ഇവിടെനിന്ന് തടവുചാടിയാൽ നിങ്ങളെന്തു ചെയ്യും?”

അപ്രതീക്ഷിതവും അപ്രസക്തവുമായ ആ ചോദ്യംകേട്ട് ജനം സ്തംഭിച്ചുനിന്നു.

മേഘരൂപൻ ആ ചോദ്യത്തിന്റെ പൊരുളെന്തെന്നു തിരഞ്ഞു. സാത്യകൻ അമർഷംപൂണ്ടു. ആര്യഗുരു ഊറിച്ചിരിക്കുകയായിരുന്നു. അതൊന്നും ശ്രദ്ധിക്കാതെ ഗായത്രി, ദാഹാർത്തമായ അവളുടെ ഇടതുവശം ആത്മനാഥനിലേക്കമർത്തി വല്ലാത്തൊരാത്മനിർവൃതി യിൽ സ്വയം മറന്നു.

“പറയൂ.”

ആത്മനാഥൻ ജനത്തെ നിർബന്ധിച്ചു.

“തടവുചാടിയ കുറ്റവാളിയെ നിങ്ങൾ എന്തു ചെയ്യും?”

“എവിടെ നിന്നെങ്കിലും തേടിപ്പിടിക്കും.”

ജനം ഒന്നായി പറഞ്ഞു.

“എന്നിട്ട്?” ആത്മനാഥൻ ചോദിച്ചു.

“വീണ്ടും തടവിലാക്കും - തടവുചാടിയതിന്റെ ശിക്ഷകൂടി കൊടുക്കും.”

ജനം കാവിക്കുന്നിലെ നിയമം ഇങ്ങനെയാണെന്ന് അറിയിച്ചു.

ആത്മനാഥന്റെ മുഖം തെളിഞ്ഞു.

അദ്ദേഹം ഔദാര്യസ്വരത്തിൽ വെളിപ്പെടുത്തി:

“എങ്കിൽ ഞാൻ നിങ്ങളെ ഒരുവലിയ കുറ്റകൃത്യത്തിൽനിന്നും അതിനുള്ള ശിക്ഷയിൽനിന്നും രക്ഷിച്ചിരിക്കുകയാണ്.”

ജനം അക്ഷമരായി പരസ്പരം നോക്കി. അവർക്കൊന്നും മനസ്സി ലായില്ല. അവരുടെ അസ്വാസ്ഥ്യം ശ്രദ്ധിച്ച മേഘരൂപൻ മറുപടി ക്കായി ആര്യഗുരുവിനെ നോക്കി.

ആര്യഗുരുവിന്റെ ചുണ്ടിൽ ഒരു പരിഹാസച്ചിരി നാമ്പിടുന്നു.

സാത്യകൻ അമർഷം അടക്കാൻ പാടുപെട്ടു.

ഒടുവിൽ മേഘരൂപൻ ആത്മനാഥനോടുതന്നെ ചോദിച്ചു:

''എന്താണീ പറയുന്നത്? ഞങ്ങൾക്കൊന്നും മനസ്സിലായില്ല.''

ആത്മനാഥന്റെ മറുപടി പെട്ടെന്നായിരുന്നു:

''നിങ്ങൾ കാവിക്കുന്നിലെ തടവുകാരാണ്. ആത്മാഹുതിക്കുള്ള നിങ്ങളുടെ ശ്രമം തടവുചാടലാണ്.''

എന്നിട്ടും മേഘരൂപനു കാര്യം മനസ്സിലായില്ല. ജനങ്ങളും അക്ഷമരായി. അതുകണ്ട് ആത്മനാഥനോട്, മേഘരൂപൻ വീണ്ടും ആവശ്യപ്പെട്ടു:

''എന്താണ് പറയാൻ ഉദ്ദേശിക്കുന്നതെന്നുവച്ചാൽ തെളിച്ചുപറയണം. ഞങ്ങളുടെ മോചനത്തിന്റെ മുഹൂർത്തം എന്തിനു വെറുതെ വൈകിക്കുന്നു.''

അതിനു മറുപടിയായി ആത്മനാഥൻ അനന്തതയിലേക്കു നോക്കുകയും തുടർന്ന് സ്വപ്നത്തിലെന്നപോലെ ഇപ്രകാരം പറയുകയുമായിരുന്നു:

''കാവിക്കുന്നിൽ പിറന്ന നിങ്ങൾ തടവുകാരാണ്. പോയ ജന്മത്തിൽ അറിഞ്ഞോ അറിയാതെയൊ ചെയ്തുപോയ അനേകം തെറ്റുകൾക്കും കുറ്റങ്ങൾക്കും ശിക്ഷിച്ച് നിങ്ങളെ കാവിക്കുന്നിൽ ജനിപ്പിച്ചിരിക്കുകയാണ്.'' ഒന്നു നിർത്തി ജനത്തിന്റെ പ്രതികരണം ശ്രദ്ധിച്ച് ആത്മനാഥൻ തുടർന്നു:

''തെറ്റിന്റെയും കുറ്റങ്ങളുടെയും ഗുരുലഘുത്വമനുസരിച്ച് ശിക്ഷയുടെ കാലാവധിയും രീതിയും ക്രമപ്പെടുത്തിയിരിക്കുന്നു. ഇത് ദൈവനീതിയാണ്. അതിൻപ്രകാരമുള്ള ശിക്ഷയാണിത്. പ്രകൃതി അതു നടപ്പിലാക്കിയിരിക്കുന്നു. നിങ്ങളെല്ലാം അങ്ങനെ തടവുകാരായി.''

അത്രയും പറഞ്ഞശേഷം ആത്മനാഥൻ അല്പനേരത്തേക്ക് മൗനിയായി. തുടർന്നുള്ള വാക്കുകൾക്ക് ഒരു പ്രത്യേക മുഴക്കമായിരുന്നു:

''ഓരോരുത്തർക്കും ഓരോ ശിക്ഷാകാലാവധിയാണ്. ഒരാൾക്ക് അറുപതുവർഷമാകാം. മറ്റൊരാൾക്ക് എൺപതാകാം. ഇനിയൊരാൾക്ക് ഇരുപതുവർഷമാകാം. അതാണ് നിങ്ങളുടെ ആയുസ്സ്. നിങ്ങളുടെ ശിക്ഷാകാലം. നിങ്ങളുടെ തടവിന്റെ ദൈർഘ്യം.''

അതു ശ്രവിച്ചതോടെ ജനങ്ങൾക്കിടയിൽ വ്യാപിച്ച നിശ്ശബ്ദത കൗശലപൂർവം ശ്രദ്ധിച്ച് ആത്മനാഥൻ പറഞ്ഞുകൊണ്ടേയിരുന്നു:

''ചില ബാലമരണങ്ങൾ കണ്ടിട്ടില്ലേ. കുഞ്ഞുങ്ങൾ മരിച്ചു എന്നു നാം പറയും. അവർക്കു രണ്ടോമൂന്നോ വർഷമായിരിക്കും തടവ്. ഈ തടവുതന്നെ കഠിനമായും ലഘുവായും ക്രമപ്പെടുത്തിയിട്ടുണ്ട്.

ചിലർ അതികഠിനമായ മനോ ശരീര വ്യഥകളാൽ ദുരിതപ്പെട്ടുകഴി യുന്നുണ്ട്. അവർക്കു കഠിന തടവാണ്. എത്രയേറെ ദുഃഖങ്ങളുണ്ടാ യാലും ഒന്നും മനസ്സിൽ തട്ടാതെ ചിലർ ഒഴുകി നീങ്ങുന്നതും കണ്ടു കാണും. അതു വെറും തടവാണ്. എന്തായാലും വ്യത്യസ്തമായ പരിധിയിലേക്കുള്ള ഈ ശിക്ഷാവിധി അനുഭവിച്ചുതന്നെ തീർക്കണം.''

അല്പനേരത്തെ നിശ്ശബ്ദതക്കുശേഷം ആത്മനാഥൻ വാക്കു കളുടെ താളം മാറ്റി:

''ശിക്ഷാകാലാവധി പൂർണ്ണമായും പൂർത്തിയാക്കുന്നതാണ്. സ്വാഭാവിക മരണം... ശിക്ഷാമുക്തമാവുന്നത് മരണത്തോടെ മാത്ര മാണ്. ശിക്ഷ പൂർണ്ണമായും അനുഭവിച്ചു തടവു കാലാവധി പൂർത്തി യാക്കിയ നിങ്ങളെ തിരിച്ചു വിളിക്കുന്നതാണ് മരണം... അങ്ങനെ നിയമാനുസൃത ശിക്ഷാ കാലാവധി പൂർത്തിയാക്കി മരണപ്പെടുന്ന വരെ ഈശ്വരാംശത്തിലേക്കു ലയിപ്പിച്ച് ആനന്ദം തരുന്നു. അതാണ് യഥാർത്ഥ പരമാനന്ദം.''

ആത്മനാഥന്റെ തുടർന്നുള്ള വാക്കുകളിൽ പരിഹാസം തുളുമ്പി: ''എന്നാൽ നിങ്ങൾ ഇപ്പോൾ അനുഷ്ഠിക്കാനാരംഭിച്ച അഗ്നിയി ലൂടെയുള്ള ആത്മാഹുതി, പ്രകൃതിവിരുദ്ധമരണമാണ്. ശിക്ഷാകാലാ വധിക്കു മുൻപുള്ള തടവുചാട്ടം. അതിനുള്ള ശിക്ഷ-ഇനിയൊരു ജന്മംകൂടി ലഭിക്കാവുന്ന നരകതുല്യമായ ജീവിതമാണ്. അതനു സരിച്ചുള്ള തടവാണ്.''

തുടർന്ന് അതീവഗൗരവം കലർന്ന വാക്കുകൾ ആത്മനാഥനിൽ നിന്ന് ഉതിർന്നുവീണു:

''സത്യദർശനം ലഭിക്കാത്തതുകൊണ്ടാവാം നിങ്ങൾ ഇതിനു മുതിർന്നത്. ഇപ്പോൾ സത്യദർശനം ലഭിച്ച് യഥാർത്ഥവസ്തുത ഗ്രഹിച്ച സ്ഥിതിക്ക് നിങ്ങൾ എന്തിനു തെറ്റിലേക്കു വഴുതിവീഴുന്നു. അബദ്ധജഢിലമായ ഈ ചെയ്തികളിലൂടെ രക്ഷപ്പെടാമെന്ന് നിങ്ങൾ ഇനിയും കരുതുന്നുണ്ടോ? ദൈവത്തിന്റെ കണ്ണുവെട്ടിച്ച്, ദൈവത്തെ ധിക്കരിച്ച്, നിങ്ങൾക്കെന്തു ചെയ്യാനാവും? സർവ്വേശ്വരന്റെ അപ്രീ തിക്കു പാത്രമാകാതെ അനുഷ്ഠാനങ്ങളിലേക്കു മടങ്ങൂ.''

അപ്പോഴേക്കും ആ സ്വരം താക്കീതിന്റെ ഭാവം കൈക്കൊണ്ടിരുന്നു. അതുകൊണ്ടാവാം ആത്മനാഥൻ അതു പറഞ്ഞുതീർന്നപ്പോഴേക്കും ഗായത്രി അവളുടെ ഇടതുവശം ആഞ്ഞമർത്തി അദ്ദേഹത്തിന്റെ കാലുകളിൽ തളർന്നു വീണത്:

''നാഥാ ആത്മനാഥാ അവിടുന്നു ഞങ്ങളെ രക്ഷിച്ചു.''

നിശ്ചലനായി നിൽക്കുകയായിരുന്ന മേഘരൂപൻ ഗായത്രിയുടെ ഭാവമാറ്റം കണ്ടതോടെ പെട്ടെന്ന് ആത്മനാഥന്റെ മുന്നിൽ മുട്ടുമടക്കി:

“നാഥാ, ആത്മനാഥാ, അങ്ങുപറഞ്ഞതാണ് പരമമായ സത്യം. എത്ര കൊടിയ മഹാപരാധത്തിൽനിന്നാണ് അങ്ങ് ഞങ്ങളെ രക്ഷിച്ചത്.”

അതു കേൾക്കാത്ത താമസം ജനങ്ങളും മേഘരൂപനെ അനുകരിച്ച് ആത്മനാഥനു മുന്നിൽ മുട്ടുകുത്തി.

സാത്യകൻ അടക്കാനാവാത്ത രോഷത്തോടെ എല്ലാംകണ്ടു കണ്ണടച്ചു.

അവൻ ഉള്ളിൽ വിലപിച്ചു. ‘എന്തൊരാത്മ വഞ്ചനയാണിത്?’

ആത്മനാഥൻ മാത്രം ഇതെല്ലാം കണ്ടും കേട്ടും അനുഭവിച്ചും വിജയിയെപ്പോലെ ഗൂഢസ്മിതംതൂകി അകലെ അകലെ എവിടെയോ ആരെയൊ കാണുകയായിരുന്നു. അതോ ഇതെല്ലാം ആരെയോ കാണിക്കുകയായിരുന്നോ?

കാവിക്കുന്നിലെ അഗ്നിശാലയിലേക്ക് ആത്മനാഥനൊപ്പം ആദ്യം വന്ന കലിപൂണ്ട കാറ്റ് അപ്പോൾ അഗ്നിയുടെ മുന്നിലെ നിശ്ചലാവസ്ഥ വിട്ടൊഴിഞ്ഞ് എവിടേക്കെന്നില്ലാതെ ആഞ്ഞുവീശാൻ തുടങ്ങി. കാറ്റിനൊപ്പമുണ്ടായിരുന്ന വരണ്ട കാടിന്റെ രൂക്ഷഗന്ധമാകട്ടെ, കാവിക്കുന്നിലെ ജനങ്ങളുടെ നിശ്വാസത്തിലലിഞ്ഞ് നാലുപാടും പ്രസരിക്കുകയായി.

ഇരുപത്തിയാറ്

സംഘർഷഭരിതമായിരുന്നു സാത്യകന്റെ മനസ്സ്. എത്ര വേഗമാണ് കാവിക്കുന്നിലെ മനുഷ്യരാകെ മാറിയത്. മേഘരൂപന്റെ നിലപാട് മാറ്റം വിശ്വസിക്കാനാവുന്നില്ല. കാമത്തിന്റെ കാണാക്കയങ്ങളിൽ ഊളിയിട്ടു രസിക്കുന്ന ഗായത്രിയിലെ ചാപല്യം അറപ്പുളവാക്കുന്നതാണെന്ന് സാത്യകൻ തിരിച്ചറിഞ്ഞു. ആര്യഗുരുവിൽ സത്യം ദർശിച്ച മേഘരൂപൻ ഇപ്പോൾ ആത്മനാഥനു മുന്നിൽ മുട്ടുകുത്തി നിൽക്കുന്നു!

എന്താണിനി ചെയ്യുക?

സാത്യകൻ ആര്യഗുരുവിനെ നോക്കി, ഗുരു അക്ഷോഭ്യനായി നിലകൊള്ളുകയാണ്. നേരത്തെ വിധേയത്വം പ്രകടിപ്പിക്കുകയും ഇപ്പോൾ വിദ്വേഷം വമിപ്പിക്കുകയും ചെയ്യുന്ന ജനത്തെ അദ്ദേഹം സാകൂതം വീക്ഷിച്ചു. പിന്നെ മേഘരൂപനേയും ഗായത്രിയേയും സഹതാപത്തോടെ നോക്കി. ഒടുവിൽ സാത്യകനെ ശ്രദ്ധിച്ച ഗുരു എന്തോ തീരുമാനിച്ചതുപോലെ ആത്മനാഥന്റെ അരികിലേക്കു മന്ദം നീങ്ങിച്ചെന്നു.

രണ്ടുസൂര്യന്മാരുടെ സംഗമം - സാത്യകൻ ഉള്ളിൽ പറഞ്ഞു.

ഇരുപത്തിയേഴ്

അഭിവാദ്യം ചെയ്തുകൊണ്ട് അടുത്തേക്കു ചെന്ന ആര്യഗുരുവിനെ പ്രത്യഭിവാദ്യം ചെയ്യാൻപോലും തയ്യാറായില്ല എന്നുമാത്രമല്ല, പരസ്യമായ ആ കൂടിക്കാഴ്ചയിലെ സംവാദം തികച്ചും രഹസ്യാത്മകമാവണമെന്നുകൂടി ആത്മനാഥൻ ശഠിച്ചു.

അത് അംഗീകരിച്ചുകൊണ്ടുതന്നെ ആര്യഗുരു ചോദിച്ചു:

''എന്തിനാണ് ഈ മനുഷ്യരെ ഇങ്ങനെ വഞ്ചിക്കുന്നത്? അവർ രക്ഷപ്പെട്ടോട്ടെ?''

തികച്ചും രഹസ്യാത്മകമായി എന്നാൽ പരമപരിഹാസത്തിൽ പൊതിഞ്ഞതായിരുന്നു ആത്മനാഥന്റെ മറുപടി:

''രക്ഷപ്പെടാൻ അവർക്ക് അനുവാദമില്ല. അവർ രക്ഷപ്പെടാനേ പാടില്ല. അങ്ങനെ രക്ഷപ്പെട്ടാൽ ഇവിടുത്തെ കാര്യം, ഞങ്ങളുടെ കാര്യം എന്താവും? അവ ആരു നിർവഹിക്കും?'' ഒന്നു നിർത്തി അതേഭാവത്തിൽ തന്നെ ആത്മനാഥൻ തുടർന്നു: ''രക്ഷപ്പെടാൻ അനുവദിക്കാതെ അവരെ ഇവിടെ തളച്ചിടാനുള്ള ചുമതല എന്നിൽ നിക്ഷിപ്തമാണ്. ഞാനത് കൗശലപൂർവ്വം നിർവഹിക്കുകയാണെന്ന് പറയാൻ എനിക്ക് മടിയില്ല. എന്തു പ്രതിബന്ധമുണ്ടായാലും ഞാനത് നിർവഹിച്ചിരിക്കും. അതിന് ഏതുമാർഗവും ഞാൻ സ്വീകരിക്കും.''

എന്നിട്ട് ഒരു വിശദീകരണമായിരുന്നു:

''വെള്ളമില്ലാത്തിടത്ത് കിണർ കുഴിപ്പിച്ചതും പശിമയാർന്ന കുഴിമണ്ണെല്ലാം കുന്നിൻമുകളിലേക്ക് കൊണ്ടുപോകാൻ നിർദ്ദേശിച്ചതും അതിന്റെ ഭാഗമായിട്ടായിരുന്നു. ഈ മണ്ണിട്ട് ഉയരംകൂട്ടിയാൽ കുന്നിന്റെ അഗ്രം ആകാശം മുട്ടുമെന്നും അവിടെനിന്ന് സ്വർഗപാത നിർമ്മിക്കാമെന്നും നിർദ്ദേശിച്ചത് ജനത്തിന് പ്രത്യാശ നൽകാനാണ്. ഒരിക്കലും യാഥാർത്ഥ്യമാകാത്ത ലക്ഷ്യത്തിനുവേണ്ടി കഠിനാദ്ധ്വാനം

ചെയ്യിച്ചുകൊണ്ടിരുന്നാൽ ജനങ്ങളുടെ ശ്രദ്ധ വ്യതിചലിക്കില്ല. അവർ മറ്റൊന്നിലും ശ്രദ്ധിക്കാതെ മറ്റൊന്നിലും ഇടപെടാതെ നിർദ്ദിഷ്ട കാര്യത്തിൽത്തന്നെ ഏകാഗ്രമായി മുഴുകിയിരിക്കും. ആ സിദ്ധാന്തത്തെ അസ്ഥിരപ്പെടുത്താനാണ് ഇവിടെ ശ്രമമുണ്ടായത്.''

ആത്മനാഥന്റെ രോഷം അടങ്ങുന്നില്ല. അത് പരുഷവാക്കുകളായി പുറത്തേക്ക് വന്നുകൊണ്ടേയിരുന്നു:

''നിങ്ങളുണ്ടാക്കിയ പ്രതിസന്ധി മറികടക്കാൻ എനിക്ക് എന്തെല്ലാം ചെയ്യേണ്ടിവന്നുവെന്നറിയാമോ? അവസാനം നിവർത്തിയില്ലാതെ വന്നപ്പോൾ ജനമനസ്സറിഞ്ഞ് മുജ്ജന്മപാപവും ദൈവ കോപവും തടവുശിക്ഷയുംവരെ കൊണ്ടുവന്നതു കണ്ടില്ലേ. ഏറ്റവും കടുത്ത ലഹരിയാണ് പാപവും ദൈവവും. അവരതിൽ മയങ്ങി.''

ആത്മനാഥൻ വിജയഭാഷണം അങ്ങനെ തുടരുമ്പോൾ ആര്യഗുരു അതെല്ലാം കൗതുകത്തോടെ നിരീക്ഷിക്കുകയും വിലയിരുത്തുകയുമായിരുന്നു. ആൾക്കൂട്ടത്തിന് നടുവിൽ നിന്നാണ് അവരെ ചൂഷണം ചെയ്യുന്നതിന്റെ രഹസ്യാത്മക ഗൂഢതന്ത്രങ്ങൾ വെളിപ്പെടുത്തുന്നത്! എന്തൊരു വൈരുദ്ധ്യം!

അജ്ഞാതരായ ആരുടെയൊക്കെയോ ദുരാഗ്രഹങ്ങളോ ദുർമോഹങ്ങളോ സാധിപ്പാൻ അല്ലെങ്കിൽ ഏതോ വ്യക്തിയുടെ അല്ലെങ്കിൽ വ്യക്തികളുടെ സ്വാർത്ഥ താല്പര്യങ്ങൾ നിറവേറ്റാൻ അനുയായി വൃന്ദമായ സമൂഹത്തെയാകെ ദുരുപയോഗിക്കുന്ന തന്ത്രങ്ങളാണ് ഹുങ്കോടെ ആത്മനാഥൻ വിവരിക്കുന്നത് എന്ന ദുഃഖസത്യം തെല്ലൊരാശങ്കയോടെയാണ് ആര്യഗുരു ഉൾക്കൊണ്ടത്.

കാവിക്കുന്നിന്റെ താഴ്‌വാരത്തിൽ വെള്ളം കാണാത്ത കിണർ കുഴിക്കലും കുന്നിൻമുകളിലേക്കുള്ള മണ്ണുചുമക്കലും സാധാരണ ജനത്തിന്റെ കഠിനാദ്ധ്വാനം വൃഥാ വിനിയോഗമാണെന്ന് വെളിപ്പെടുത്താൻ വേണ്ടിയായിരുന്നുവെന്നു പറയാൻ ആത്മനാഥന് ലജ്ജ ഏതുമേ ഉണ്ടായില്ല. ഭൂമിയിൽ വിവിധ ഭൂഖണ്ഡങ്ങളിലായി വ്യാപിച്ചു കിടക്കുന്ന എല്ലായിടവും കാവിക്കുന്നുകളുണ്ടത്രെ! അവിടങ്ങളിലെല്ലാം വെള്ളം കാണാത്ത കിണർ കുഴിക്കലും കഠിനമായ മണ്ണുചുമക്കലും അഭംഗുരം തുടരുകയാണ്. ഈ കഠിന പ്രയത്നത്തിന് നിയോഗിക്കപ്പെടുന്നവർ മറ്റൊന്നും ശ്രദ്ധിക്കാതെ മറ്റൊന്നിലും വ്യാപൃതരാവാതെ മറ്റെങ്ങും പോകാതെ ഇതുതന്നെ ചെയ്യണമെന്നുള്ളത് ആത്മനാഥനെ നിയോഗിച്ചവരുടെ ആവശ്യമാണ്. അങ്ങനെ നിയോഗിക്കുകയും ആജ്ഞകൾ പുറപ്പെടുവിക്കുകയും ചെയ്യുന്നവർ എപ്പോഴും അദൃശ്യരായിരിക്കുമെന്ന് വെളിപ്പെടുത്താനും ആത്മനാഥന് മടിയുണ്ടായില്ല.

അതുപോലെ അടിമത്തത്തിന് അനുസരണയുടെ ലഹരിയാണെന്ന് സങ്കോചമില്ലാതെയാണ് ആത്മനാഥൻ പറയുന്നത്. ആ ലഹരിയിലാണ് ലോകമെമ്പാടുമുള്ള കാവിക്കുന്നുകൾ മയങ്ങിക്കിടക്കുന്നത്. മനുഷ്യശേഷി പരമാവധി ഊറ്റാൻ ഈ മയക്കത്തിനപ്പുറം ഒരു മന്ത്രമില്ല. തന്ത്രവുമില്ല.

അചഞ്ചലമായ ആ ധാരണയെ അട്ടിമറിച്ചുകൊണ്ടാണ് മൃത്യുമന്ത്രവുമായി ആര്യഗുരു വന്നത് എന്ന് ആരോപിക്കാൻ ആത്മനാഥൻ വല്ലാത്ത വ്യഗ്രത കാട്ടി. കാവിക്കുന്നുകളുടേയും അവിടങ്ങളിലെ കഠിനാധ്വാനത്തിന്റേയും അധികാര കുത്തക തകർക്കാനുള്ള എതിരാളികളുടെ ആയുധമാണ് ആര്യഗുരുവും മൃത്യുമന്ത്രവും എന്നാണ് ആത്മനാഥന്റെ ആരോപണം. അതു പരാജയപ്പെട്ട സ്ഥിതിക്ക് ആര്യഗുരു നിശ്ശബ്ദം നിഷ്ക്രമിക്കുക. അല്ലെങ്കിൽ പ്രത്യാഘാതം നേരിടുക.

പ്രധാനമായും ഇക്കാര്യം അറിയിക്കാനാണ് ആൾക്കൂട്ടത്തിന് നടുവിലെ രഹസ്യാത്മകത ആത്മനാഥൻ ആവശ്യപ്പെട്ടതെന്ന് മനസ്സിലാക്കിയിട്ടും യാതൊരു ഭീഷണിക്കും വഴങ്ങാൻ ആര്യഗുരു തയ്യാറായില്ല.

ഇരുപത്തിയെട്ട്

ആര്യഗുരുവിന്റെ നിഷേധഭാവം ഉറച്ചതാണെന്ന് കണ്ടപ്പോൾ ആത്മനാഥൻ ജനത്തോടു വിളിച്ചുപറഞ്ഞു:

''നിങ്ങളുടെ ഗുരു തടവുചാടാനായി നിങ്ങളെ പ്രേരിപ്പിക്കുന്നു.''

ഒന്നുനിർത്തി ആഹ്വാനരൂപത്തിൽ ജനത്തോട് ആവശ്യപ്പെട്ടു:

''നിങ്ങൾ തന്നെ മറുപടി പറഞ്ഞോളൂ.''

അതുകേട്ടതോടെ മേഘരൂപൻ എന്തിനും സന്നദ്ധനായി. രൗദ്ര ഭാവം പൂണ്ട അവൻ ആര്യഗുരുവിന്റെ മുഖത്തുനോക്കി വിളിച്ചു: ''വഞ്ചകൻ! ഞങ്ങളെയെല്ലാം തെറ്റുചെയ്യാൻ പ്രേരിപ്പിച്ച വഞ്ചകൻ.''

മേഘരൂപന്റെ ആക്രോശം കേട്ട് സാത്യകൻ മുന്നോട്ടുചാടി. അയാളെ അപ്പാടെ ഭസ്മമാക്കുന്ന നോട്ടവുമായി എതിരിടാനൊരു ങ്ങിയ സാത്യകനെ ഗുരു അക്ഷോഭ്യനായി തടഞ്ഞു:

''വേണ്ട മകനെ, മേഘരൂപൻ ഇതു പറയണം. അവനിതു പറഞ്ഞേ തീരൂ.'' ഒന്നു നിർത്തി അദ്ദേഹം പ്രത്യാശയോടെ പറഞ്ഞു:

''ഈ ജനങ്ങളെന്താണു പറയുന്നതെന്ന് എനിക്കറിയണം.''

അതുകേട്ടതോടെ മേഘരൂപൻ വീണ്ടും കുപിതനായി:

''എന്റെ നിലപാടാണ് എന്റെ ജനത്തിനും. വഞ്ചകൻ; പക്ഷേ ഇനിയും വഞ്ചിക്കപ്പെടാൻ എന്റെ മനുഷ്യരെ കിട്ടില്ല.''

ആര്യഗുരു ജനത്തെ നോക്കി. ജനത്തിനു മേഘരൂപന്റെ മുഖ മാണെന്ന് അദ്ദേഹത്തിന് പെട്ടെന്ന് മനസ്സിലായി. അവർ അതിവി ദ്വേഷത്തോടെ ആക്രോശിക്കാൻ തുടങ്ങി: ''വഞ്ചകൻ... വഞ്ചകൻ... വഞ്ചകൻ...''

അതുകേൾക്കെ ആര്യഗുരു തളർന്നു. പിന്നോക്കം ചരിയാൻ തുടങ്ങിയ അദ്ദേഹത്തെ സാത്യകൻ താങ്ങി. അവന്റെ കാൽമുട്ടു കളിൽ പുറംചാരി ആര്യഗുരു അഗ്നിശാലയിലെ ആളുന്ന ജ്വാലയി ലേക്ക് ദൃഷ്ടിയൂന്നി.

ഇരുപത്തിയൊമ്പത്

അടങ്ങാത്ത രോഷവുമായി ജനം ആർത്തുനിൽക്കുകയായിരുന്നു. ഒരുകൈ ഗായത്രിയുടെ ഇടതുവശം ചുറ്റി മറുകൈ മേഘരൂപ നിലർപ്പിച്ച് ആഹ്ലാദഭരിതനായി ഉദ്യാനത്തിനു നടുവിലേക്കുവന്ന ആത്മനാഥന്റെ ആജ്ഞ എന്തെന്ന് ജനം ആരാഞ്ഞു.

ആത്മനാഥൻ ഒരു നിമിഷം നിന്നു. എന്നിട്ട് ഉള്ളംകാലുകൊണ്ട് ഭൂമിയെ തട്ടിയുണർത്തി. മൗനഭാഷയിൽ ഭൂമിയോടു ദീർഘനേരം സംവദിച്ചു. ഭൂമിയുടെ നിർമ്മമത്വവും ആത്മനാഥന്റെ ഗൂഢാർത്ഥം പൊതിഞ്ഞുള്ള ചിരിയുമേ കുറേ നേരത്തേക്കു ജനം കണ്ടുള്ളൂ. ഒടുവിൽ എന്തോ തീരുമാനിച്ച് ഉറപ്പിച്ചതുപോലെ ആത്മനാഥൻ ജനത്തോടു വിളിച്ചു പറഞ്ഞു:

''ഈ സന്ന്യാസിയെ ഇങ്ങനങ്ങു വിട്ടുകൂടാ. നമ്മെ വഞ്ചിക്കാൻ ശ്രമിച്ചതിന്റെ ശിക്ഷ ഇയാൾ അനുഭവിക്കണം. നമുക്കിയാളെ തടവുകാരനാക്കാം. ഒരു ഭ്രാന്തൻനായയെപ്പോലെ നമുക്കിയാളെ ഉദ്യാനത്തിൽ ബന്ധിച്ചിടാം.''

ആത്മനാഥന്റെ ആജ്ഞ കേൾക്കാത്ത താമസം ജനം ആര്യഗുരുവിന്നരികിലേക്ക് ആർത്തുവന്നു. മേഘരൂപനായിരുന്നു മുന്നിൽ. ഗായത്രി ഒന്നും കാണാതെ, ഒന്നുമറിയാതെ ഒരു സ്വപ്നത്തിലെന്നപോലെ ആത്മനാഥന്റെ ഇടതുതോളിൽ തൂങ്ങുകയായിരുന്നു.

ആർത്തുവന്ന ജനത്തിനു മുന്നിലേക്ക് സാത്യകൻ കയറിനിന്നു. ഏതു മേഘക്കാറ്റും തടഞ്ഞുനിർത്തി മഴപെയ്യിക്കുന്ന ആ പർവ്വതത്തിനു മുന്നിൽ ജനം ഒന്നുനിന്നു. സാത്യകൻ അവരോടലറി:

''തകർക്കും. എല്ലാം ഞാൻ തകർക്കും. അതിന് ഈ സാത്യകൻ ഒറ്റയ്ക്ക് മതി. അടുത്തു പോവരുത്. ഗുരുവിനെ തൊട്ടുപോകരുത്.''

ആ താക്കീത് ധിക്കരിച്ചുകൊണ്ട് ആദ്യം മുന്നോട്ടുവന്നത് മേഘരൂപനായിരുന്നു; പിന്നാലെ ജനസഞ്ചയവും.

പക്ഷേ, സാത്യകന്റെ മുന്നിൽ മേഘരൂപനോ ജനത്തിനോ ജയം

നേടാൻ കഴിയുമോ എന്ന് ആത്മനാഥന് സംശയമായി. ഇവിടെ പിഴച്ചാൽ എല്ലാം തകരും.

ആത്മനാഥൻ കൗശലങ്ങളുടെ കലശം തുറക്കുന്നതിനിടയിൽ ആര്യഗുരു ഇടപെട്ടു. സംഘർഷത്തിന്റെ തീക്ഷ്ണത ശരിക്കും മനസ്സിലാക്കിയ അദ്ദേഹം സാത്യകനെ കർശനമായി വിലക്കുകയായിരുന്നു:

''സാത്യകാ, മാറിനിൽക്ക്. അവരെന്നെ ഇഷ്ടമുള്ളതു ചെയ്യട്ടെ.''

സാത്യകൻ ജ്വലിച്ചു:

''ഇല്ല, പറ്റില്ല. സാത്യകൻ അതനുവദിക്കില്ല. ഞങ്ങളെ രക്ഷിക്കാൻ ഏകനായി വന്ന അങ്ങയെ ആക്രമിക്കുന്നതു കണ്ടുനിൽക്കാൻ എനിക്കാവില്ല.''

സാത്യകന്റെ വാക്കുകളും ജനത്തിന്റെ പ്രതികരണവും സസൂക്ഷ്മം ശ്രദ്ധിച്ചുകൊണ്ടിരുന്ന ആത്മനാഥൻ അനുനയത്തിൽ പറഞ്ഞു:

''അവർ ഒന്നും ചെയ്യില്ല സാത്യകാ. നിന്റെ മനുഷ്യർ അവരുടെ പ്രതികാരത്തിന്റെ പ്രതീകമായി ഇദ്ദേഹത്തെ ഒന്നു ബന്ധിക്കുന്നു. അത്രമാത്രം.''

സാത്യകൻ കോപംകൊണ്ട് ജ്വലിച്ചു.

പെട്ടെന്ന് ആര്യഗുരു എഴുന്നേറ്റ് സാത്യകനോട് സൗമ്യമായി, എന്നാൽ ഒരാജ്ഞപോലെ പറഞ്ഞു:

''എന്റെ പിന്നിലേക്കു മാറിനിൽക്കു സാത്യകാ. അവരെന്നെ ബന്ധിക്കട്ടെ. അതെന്റെയുംകൂടി ആവശ്യമാണ്.''

സാത്യകന് പിന്നെ നിവൃത്തിയില്ലായിരുന്നു. എങ്കിലും ഒന്നു പറഞ്ഞു: ''ബന്ധിക്കലല്ലാതെ, ഗുരുവിന്റെ ദേഹത്ത് ഒരുതരി മണ്ണു വീണാൽ പിന്നെ നിങ്ങളില്ല, കാവിക്കുന്നില്ല, ഈ നിൽക്കുന്ന ആത്മനാഥനുമില്ല.''

അത് താക്കീതു മാത്രമല്ല, അലംഘനീയമായ തീർപ്പാണെന്ന് സത്യകാമിയായ സാത്യകനെ അറിയുന്ന കാവിക്കുന്നുകാർക്ക് ഉറപ്പുണ്ടായിരുന്നു.

സാത്യകൻ സ്വയം ശപിച്ചും വിലപിച്ചും ധർമ്മസങ്കടങ്ങളാൽ സ്വയംമറന്നും പിന്നിലേക്ക് ഒതുങ്ങിമാറി കണ്ണുകളടച്ചു.

ഒന്നും കാണേണ്ട. ഒന്നും കേൾക്കേണ്ട. ഒന്നും അറിയേണ്ട.

ആർത്തുവന്ന ജനം ആര്യഗുരുവിനെ പൊതിഞ്ഞു.

മുപ്പത്

കണ്ണു തുറന്നപ്പോൾ സാത്യകൻ ആ കാഴ്ച കണ്ടു - കോടിക്കോടി കെട്ടുകളാൽ ബന്ധിതനായി കിടക്കുന്ന ആര്യഗുരു. അപ്പോഴും ആ മുഖം അക്ഷോഭ്യമായിരുന്നു. സാത്യകന് സ്വയം നിയന്ത്രിക്കാൻ കഴിഞ്ഞില്ല. എന്തൊരു കൃതഘ്നതയാണിത്.

എന്തു ചെയ്യണമെന്ന് വ്യക്തതയില്ലാതെ ധർമ്മസങ്കടത്തിലായ സാത്യകന്റെ കാതിൽ ജനത്തിന്റെയും ആത്മനാഥന്റെയും വാക്കുകൾ ഒരുമിച്ചാണ് വീണത്:

"സാത്യകാ, നിന്റെ ക്ഷോഭം തൽക്കാലം ഞങ്ങൾ ക്ഷമിച്ചിരിക്കുന്നു."

ഒന്നുനിർത്തി ആ വാക്കുകൾ വീണ്ടും മുഴങ്ങി:

"കാവിക്കുന്നിലെ സകല മനുഷ്യരും ഒന്നായി ഇതാ ഈ വ്യാജദിവ്യനെ ബന്ധിച്ചിരിക്കുന്നു. ഈ ശരീരത്തിൽ ഒരാൾക്കൂകൂടി ബന്ധിക്കാൻ ഇടമുണ്ട്. അതു നീയാണ്. ഇതാ കയർ. നിന്റെ കാവിക്കുന്നിനെ അനാഥമാക്കാൻ ശ്രമിച്ച ഈ വ്യാജനെ നീയും ബന്ധിക്കൂ. അങ്ങനെ നിന്റെ നിരാസത്തിന്റെ അടയാളവും ഇയാളുടെമേൽ പതിയട്ടെ."

വാക്കുകളത്രയും അലറിവീണു കഴിഞ്ഞപ്പോൾ അതിന്റെ ഉറവിടങ്ങളിലേക്ക് സാത്യകൻ പരതിനോക്കി- കാവിക്കുന്നിലെ സർവ്വമനുഷ്യരും മേഘരൂപനും ഗായത്രിപോലും ആത്മനാഥനൊപ്പം ചേർന്ന് ഗർജ്ജിക്കുകയാണ്.

സാത്യകന് സഹിച്ചില്ല. ആത്മാവിന്റെ ആഴങ്ങളിൽ നിന്നൂറിവന്ന വാക്കുകളാൽ അവൻ തീർത്തുപറഞ്ഞു:

"ഇല്ല. ഈ നീതിമാനെ - ഈ രക്ഷകനെ - ഞാൻ ബന്ധിക്കില്ല. എന്റെ കൃതഘ്നതയുടെ അടയാളങ്ങൾ ഇദ്ദേഹത്തിൽ പതിക്കില്ല."

അതു കേട്ടതോടെ ക്ഷിപ്രകോപിയായ ആത്മനാഥൻ എന്തിനോ ജനങ്ങളെ പ്രേരിപ്പിച്ചു. ജനം പ്രതികരിക്കാൻ തയ്യാറായി.

മേഘരൂപന്റെ മുഖത്തുപോലും കോപംവന്നു. അതുകണ്ട് പെട്ടെന്ന് ആത്മനാഥന് പുനർചിന്ത ഉണ്ടാവുകയും അതിയായി ആശങ്കപ്പെടുകയും ചെയ്തു- ജനങ്ങളുടെ പ്രതികരണം തിരിച്ചടിച്ചാലോ?

അപ്പോഴും ഗായത്രി ഒന്നുമറിയാതെ ആത്മനാഥനിലേക്കു ആണ്ടിറങ്ങുകയായിരുന്നു.

ജനക്കൂട്ടത്തിന്റെ പ്രതികരണത്തെക്കുറിച്ച് മുൻവിധി പാടില്ലെന്ന തത്ത്വം ഉൾക്കൊണ്ട ആത്മനാഥൻ വളരെ തന്ത്രപൂർവ്വം സാത്യകനോടു പറഞ്ഞു:

''ശിക്ഷിക്കാൻ വേണ്ടിയുള്ള ബന്ധനമല്ല ഇത്. ഏതു സാഹചര്യത്തിലും- നിങ്ങളേകരാണെന്ന് കാവിക്കുന്നുകാർ എന്നും ഒന്നാണെന്നു കാണിക്കാനുള്ള ഒരു ശ്രമം. അതിനായി സാത്യകൻ കൂടി ഈ ദേഹം ബന്ധിക്കണം.''

വീണ്ടും എതിർക്കാൻ സാത്യകന് തോന്നിയെങ്കിലും ഈ അനുനയനീക്കം ആയുധമാക്കാമെന്ന് ഉള്ളിന്റെ ഉള്ളിലിരുന്ന് ആരോ അവനെ ഉപദേശിച്ചു. വളരെ പെട്ടെന്ന് അതൊരു പ്രായോഗിക നിർദ്ദേശമായി അവൻ ഉന്നയിച്ചു:

''ഒരു വിശ്വാസത്തിനല്ലേ നാം ഗുരുവിനെ ബന്ധിക്കുന്നത് - ഓടിപ്പോകാതിരിക്കാൻ. അതുവേണ്ട, ഞാനിവിടെ കാവൽ നിൽക്കാം. കാവിക്കുന്നുകാർക്കുവേണ്ടി ഞാൻ കാവൽക്കാരനാകാം. ഗുരു ഓടിപ്പോകാതെ ഞാൻ സൂക്ഷിക്കാം.''

ജനം ആർത്തുവിളിച്ചു. സാത്യകന്റെ നിർദ്ദേശം അവർക്ക് സ്വീകാര്യമായി. എന്നാൽ ആത്മനാഥൻ ആകെ സംഘർഷത്തിലാണ്ടു. അതിന്റെ സൂചനയായി അദ്ദേഹം എന്തോ പറയാൻ തുടങ്ങിയപ്പോഴേക്കും കാവിക്കുന്നിന്റെ സ്വരമായി ഗായത്രി പറഞ്ഞുകഴിഞ്ഞു:

''പേടിക്കണ്ട. സാത്യകൻ സത്യകാമിയാണ്. അദ്ദേഹം ഒരു സാഹചര്യത്തിലും സത്യം ലംഘിക്കില്ല. സാത്യകനെ പൂർണ്ണമായും വിശ്വസിക്കാം.''

മേഘരൂപനും അതു ശരിവച്ചു:

''അവൻ സത്യകാമിയാണ്, അവനെ നമുക്ക് വിശ്വസിക്കാം.''

ജനങ്ങളും അതേറ്റുപറഞ്ഞു:

''സാത്യകനെ ഞങ്ങൾക്കു വിശ്വാസമാണ്. അവൻ കാവൽ നിൽക്കട്ടെ.''

ആത്മനാഥന് പിന്നൊന്നും എതിർത്തുപറയാൻ കഴിഞ്ഞില്ല. തന്നിലേക്കാണ്ടിറങ്ങുന്ന ഗായത്രിയെ തഴുകിക്കൊണ്ട്, അമർന്ന ആക്രോശം ആഴത്തിൽ അടക്കിക്കൊണ്ട് അയാൾ വിളിച്ചുപറഞ്ഞു:

“ഈ വ്യാജദിവ്യൻ ഇവിടെ നമ്മുടെ തടവുകാരനായി കിടക്കട്ടെ. സാത്യകൻ കാവൽ നില്ക്കട്ടെ. നമ്മുടെ പ്രതികാരം ഇതാണെന്ന് പ്രപഞ്ചമറിയട്ടെ.”

എന്നിട്ട് മറ്റുപ്രതികരണങ്ങൾക്കു കാക്കാതെ ആത്മനാഥൻ ജനത്തെ ഉപദേശിച്ചു:

“നിങ്ങൾ മടങ്ങിക്കൊള്ളിൻ. പഴയ അനുഷ്ഠാനങ്ങളിലേക്കും ആചാരങ്ങളിലേക്കും നിങ്ങൾ മടങ്ങിക്കൊള്ളിൻ.”

ജനത്തെ ഉപദേശിച്ചു വിടുമ്പോഴും ആത്മനാഥന്റെ മനസ്സ് പുതിയ ഗൂഢപദ്ധതികൾ ആസൂത്രണം ചെയ്യുകയായിരുന്നു.

മേഘരൂപനും ഗായത്രിയും ഉൾപ്പെടെ ജനം പൂർണ്ണമായും പിരിയുന്നതു നോക്കി, സാത്യകൻ ഏറെനേരം അങ്ങനെ നിന്നു.

മുപ്പത്തിയൊന്ന്

ഒരു പ്രാവശ്യമെങ്കിലും മേഘരൂപൻ തിരിഞ്ഞുനോക്കുമെന്ന് സാത്യകൻ കരുതി. ഇല്ല; അവൻ നോക്കിയതേയില്ല. ഗായത്രി, അവളല്ലാതായിരിക്കുന്നു. ആത്മനാഥന്റെ ബലിഷ്ഠമായ കായബല ത്തിൽ അവൾ അലിഞ്ഞലിഞ്ഞില്ലാതായിക്കൊണ്ടിരിക്കുന്നു. അതോ അയാളിൽ അവൾ അപ്രത്യക്ഷയായോ.

സാത്യകൻ ആകെ തളർന്നു. അവൻ വിങ്ങി വിതുമ്പി.

മുപ്പത്തിരണ്ട്

ബന്ധനസ്ഥനായി കിടന്ന ആര്യഗുരുവിന് ആത്മപീഡപോലും ആനന്ദദായകമായിരുന്നു. പക്ഷേ ഒന്ന് - ഈ ഭൂമിയുടെ അവഹേളനം അദ്ദേഹത്തിന് സഹിക്കാവുന്നതിനുമപ്പുറമായിരുന്നു. ഒരു ഘട്ടത്തിൽ അതിന്റെ പ്രതികരണം അദ്ദേഹത്തിൽനിന്ന് ബഹിർഗമിക്കുകയും ചെയ്തു:

‘‘വസുന്ധരേ, പാവം മനുഷ്യരെ നിന്നിൽ തളച്ചിടാൻ നിനക്കു കഴിഞ്ഞിരിക്കുന്നു. ഏകാകിയാവാൻ നിനക്കിത്ര ഭയമോ? ദുഃഖങ്ങളിലും ദുരിതങ്ങളിലും പെട്ട് ഈ മനുഷ്യരെല്ലാം ഉഴലുന്നത് നിനക്കിനിയും കാണണോ? പാവം മനുഷ്യർ.’’

ആര്യഗുരുവിന്റെ വാക്കുകൾ ഭൂമിയെ തെല്ലും സ്പർശിച്ചില്ല. മാത്രമല്ല, ആയിരമായിരം ആക്ഷേപാർത്ഥങ്ങൾ ഒളിപ്പിച്ചുകൊണ്ട് ഭൂമി ഊറിച്ചിരിക്കുന്നതും അദ്ദേഹം കണ്ടു.

മുപ്പത്തിമൂന്ന്

ബന്ധനസ്ഥനായ ഗുരുവിന്നരികിൽ കെട്ടുകളിലത്രയും ദയാവായ്പോടെ നോക്കിക്കൊണ്ടിരുന്ന സാത്യകൻ, പെട്ടെന്ന് അദ്ദേഹത്തിനടുത്തേക്ക് നീങ്ങിച്ചെന്നു. ശബ്ദങ്ങളില്ലാതെ സാത്യകൻ ആര്യഗുരുവിനോടു സംവദിച്ചു. അവൻ എന്തോ തീരുമാനിച്ചിട്ടുണ്ടെന്ന് അദ്ദേഹത്തിനു ബോദ്ധ്യമായി. ഗുരു കൺചലനങ്ങളിലൂടെ സാത്യകനെ വിലക്കി. പക്ഷേ അവൻ സ്വന്തം മനസ്സിന്റെ ന്യായങ്ങൾ പുറത്തെടുത്തുകൊണ്ട് വാക്കുകളിലൂടെ അപേക്ഷിച്ചു:

"ഗുരോ, ഈ കാവിക്കുന്നിനുവേണ്ടി അങ്ങയോടു ഞാൻ മാപ്പിരക്കുന്നു. സാത്യകൻ ആദ്യമായി കുനിയുകയാണെന്ന് അവിടുന്ന് അറിയണം. അങ്ങു ക്ഷമിച്ചാലും."

പിന്നീടവൻ ആ കെട്ടുകളിലേക്ക് കൈവച്ചുകൊണ്ട് ചോദിച്ചു:

"ഗുരോ, ഈ കെട്ടുകളഴിച്ച് അങ്ങയെ ഞാൻ മോചിപ്പിക്കട്ടെ?"

ആര്യഗുരുവിന്റെ കണ്ണുകളിൽ പെട്ടെന്ന് അഗ്നി പടർന്നു. അതിശക്തമായി അദ്ദേഹം വിലക്കി.

"സാത്യകാ, നിന്റെ സത്യധർമ്മങ്ങളുടെ ആകെത്തുകയാണ് നീ. അത് എനിക്കുവേണ്ടിയെന്നല്ല; ആർക്കുവേണ്ടിയും നശിപ്പിക്കരുത്."

സാത്യകൻ നിഷേധിച്ചു:

"ഇല്ല ഗുരോ. ഞാൻ അങ്ങയെ മോചിപ്പിക്കാൻ പോകുന്നു. എനിക്ക് എന്നേക്കാൾ വലുത് എന്റെ സത്യധർമ്മങ്ങൾ തന്നെയാണ്. അവ എന്നോടു പറയുന്നു, അങ്ങയെ മോചിപ്പിക്കണമെന്ന്."

ഗുരു തറപ്പിച്ചു പറഞ്ഞു:

"പാടില്ല സാത്യകാ. നിന്റെ ജനത്തോടു നീ ഏറ്റതാണ്, നീ എനിക്കു കാവലായിരിക്കുമെന്ന്. അവർ നിന്നെ വിശ്വസിച്ചു. വിശ്വാസലംഘനം പാടില്ല. നീ സത്യത്തെ കൈവിടരുത്."

ആര്യഗുരു അവനെ പിന്തിരിപ്പിക്കാൻ ശ്രമിച്ചുകൊണ്ടേയിരുന്നു.

''ഗുരോ, എങ്കിൽ എന്റെ സത്യധർമ്മങ്ങൾപോലും വെടിഞ്ഞ് ഞാൻ അങ്ങയെ മോചിപ്പിക്കാൻ പോകുന്നു. കാവിക്കുന്നിലെ കൃതഘ്നരായ മനുഷ്യർക്കുവേണ്ടി, അവരുടെ പ്രായശ്ചിത്തത്തിനായി ഇത്രയെങ്കിലും ചെയ്തില്ലെങ്കിൽ എന്നെ എന്തിനുകൊള്ളാം. ഞാനതു ചെയ്യും.''

സാത്യകൻ അങ്ങനെ ഉറപ്പിച്ചുപറഞ്ഞുകൊണ്ട് ആര്യഗുരുവിന്റെ കെട്ടഴിക്കാൻ തുടങ്ങി. അദ്ദേഹം അതനുവദിച്ചില്ല. ഒരു ന്യായവാദങ്ങളും സാത്യകന്റെ മുന്നിൽ വിലപ്പോകില്ലെന്നു കണ്ട ആര്യഗുരു അവസാന ആയുധമെടുത്തു:

''സാത്യകാ, ഞാൻ പറഞ്ഞാലും നീ അനുസരിക്കില്ല അല്ലേ. എങ്കിൽ നീ എന്റെ കെട്ടുകളഴിച്ചോളൂ. പക്ഷേ ഒരുകാര്യം- നീ എന്നെ അഴിച്ചുവിട്ടാലും ഞാൻ പോവില്ല. ഞാൻ ഇവിടെത്തന്നെ കിടക്കും. സ്വയം രക്ഷപ്പെടാൻ ശ്രമിച്ചതാണെന്ന് കാവിക്കുന്നുകാരോടു പറയും. അപ്പോൾ അവർ എന്നെ പീഡിപ്പിക്കും. നിനക്കതു കാണണോ? കാണണമെങ്കിൽ നിനക്കെന്നെ അഴിച്ചുവിടാം. അതല്ല, നീ എന്നെ ബലമായി എടുത്തുകൊണ്ടു പോവുകയാണെങ്കിൽ ഞാൻ ഭീരുവിനെപ്പോലെ ഒളിച്ചോടിയെന്ന ദുഷ്കീർത്തിയുണ്ടാകും. അത് എനിക്ക് സഹിക്കാവുന്നതിനുമപ്പുറമാണ്.''

ഗുരുവിന്റെ വാക്കുകൾ സാത്യകനെ ധർമ്മസങ്കടത്തിലാക്കി. എന്തു ചെയ്യണമെന്നറിയാതെ അനന്തതയിലേക്ക് കൈകളുയർത്തി ഏറെനേരം അവൻ അങ്ങനെനിന്നു.

അതിദീർഘമായ ആ നിശ്ശബ്ദനില്പിനിടയിലുണ്ടായ എന്തോ ഒരുൾപ്രേരണയെ തുടർന്ന് എപ്പോഴോ അവൻ ആര്യഗുരുവിനെ നോക്കി. അക്ഷോഭ്യമായ ആ മുഖത്ത് അപ്പോൾ ഒരു ചിരി വിടരുന്നുണ്ടായിരുന്നു. ഇരുളിൽ ഇതൾ നീർത്തി വിടരുന്ന നിലാവുപോലെ അത് സാത്യകന് വെളിച്ചംകാട്ടി. ആ വെളിച്ചത്തിന് ശബ്ദമുണ്ടായിരുന്നു. അത് ഗുരുവിന്റെ സ്വരമായിരുന്നു:

''സാത്യകാ, നീ എന്നെ കീഴടക്കിയിരിക്കുന്നു. നിന്റെ സ്നേഹം-ത്യാഗം, സമർപ്പണം, ഏതു പ്രതിസന്ധിയിലും ഒപ്പമുള്ളവരെ കൈവിടാതിരിക്കാനും കൂടെ നിൽക്കാനുമുള്ള നിന്റെ ആർജ്ജവം - അവയൊക്കെ എന്നെ പൂർണ്ണമായും സ്വാധീനിച്ചിരിക്കുന്നു. ഇനി നിനക്കു മുമ്പിൽ ഞാൻ എന്തെങ്കിലും ഒളിക്കുന്നത് മഹാഅപരാധമാണ്.''

അതും പറഞ്ഞ് ഏറെനേരം അനന്തതയിലേക്കുനോക്കി ധ്യാനത്തിലാണ്ട ആര്യഗുരു പെട്ടെന്ന് പറയുകയായിരുന്നു:

''സാത്യകാ, എല്ലാം വ്യാജമായിരുന്നു. നീ കണ്ടതും കേട്ടതും അനുഭവിച്ചതും എല്ലാം വ്യാജം... ഈ ഞാൻ പോലും.''

അതുംപറഞ്ഞ് ഏറെനേരം മൗനിയായിരുന്ന ഗുരു അവസാനം ആത്മഗതം ചെയ്തു:

''ഒരു ഘട്ടത്തിനപ്പുറം ഒരു രഹസ്യവും ഒരാൾക്കും ഒളിക്കാനാവില്ല.''

അദ്ദേഹം ഹൃദയം തുറന്നു:

''ജീവമുക്തിയുടെ ദൈർഘ്യമറിയാൻ മൃത്യുസൂത്രം ഇവിടെ പ്രയോഗിക്കുകയായിരുന്നു. അധിക ജനത്തെ ഒഴിവാക്കാനുള്ള ഒരു ഗൂഢതന്ത്രം മാത്രമായിരുന്നു നീ അറിഞ്ഞ മൃത്യുസൂത്രം. ആവശ്യം നിറവേറിക്കഴിഞ്ഞെന്ന് ബോധ്യമാകുമ്പോൾ തക്കതായ കാരണം പറഞ്ഞ് ഇടയ്ക്കുവച്ച് അതവസാനിപ്പിക്കുമായിരുന്നു.''

അദ്ദേഹം പിന്നെയും പറഞ്ഞുകൊണ്ടേയിരുന്നു. അവസാനം-സത്യത്തിന്റെ മുഖംകണ്ട് സാത്യകൻ അന്ധനായി.

സത്യത്തിന്റെ സ്വരം ശ്രവിച്ച് സാത്യകൻ ബധിരനായി.

സത്യത്തിന്റെ സ്വരം ഉൾക്കൊണ്ട സാത്യകൻ മൂകനായി.

അവൻ ഗുരുവിന്റെ കാലടികളിൽ പ്രണമിച്ചുകൊണ്ടു മൗനഭാഷയിൽ ചോദിച്ചു:

''ഇനി ഞങ്ങൾ എന്തുചെയ്യണം. എന്റെ മനുഷ്യർക്ക് രക്ഷപ്പെടാൻ ഒരുവഴിയുമില്ലേ ഗുരോ?"

''ഇല്ല.'' ആര്യഗുരു പ്രവചിക്കുകയായിരുന്നു: ''അവർ അവരല്ലാതായിരിക്കുന്നിടത്തോളം കാലം.'' അപൂർണ്ണമായ ആ വാചകം ഉടൻ തന്നെ അദ്ദേഹം പൂർത്തിയാക്കുകയും ചെയ്തു:

''ഞാനും എന്നെപ്പോലുള്ളവരും ഇവിടുള്ളിടത്തോളം കാലം നിനക്കോ നിന്റെ മനുഷ്യർക്കോ രക്ഷപ്പെടാൻ യാതൊരു മാർഗവുമില്ല.''

ആ വാക്കുകളുടെ പൊരുൾ പൂർണ്ണമായും ഉൾക്കൊണ്ട സാത്യകൻ അവന് കേൾക്കാൻ മാത്രം പാകത്തിൽ ഉള്ളിന്റെ ഉള്ളിൽ വിലപിച്ചു:

''എന്റെ മണ്ണ്.... എന്റെ മനുഷ്യർ.''

മുപ്പത്തിനാല്

സാത്യകന്റെ വിലാപം എവിടെയോ കേൾക്കപ്പെടുന്നതായി അവന് തോന്നി. മാത്രമല്ല സൂര്യന്റെ നിർമ്മമത്വവും ഭൂമിയുടെ നിസ്സഹായതയും ഏതോ കണ്ണുകളിൽ രോഷാഗ്നി പടർത്തുന്നതായും അവന് അനുഭവപ്പെട്ടു. അതുപോലെ ആര്യഗുരുവിന്റെ പരാജയവും ആത്മനാഥന്റെ വിജയവും ആരോ വിലയിരുത്തുന്നതായും അവന് ബോധ്യമായി. സ്വന്തം നിലപാടുകൾക്കൊപ്പം മേഘരൂപൻ ഗായത്രി എന്നിവരും സൂക്ഷ്മമായി അപഗ്രഥിക്കപ്പെടുകയാണെന്നും സാത്യകന് മനസ്സിലായി. പക്ഷേ എവിടെയാണ് ആരാണ് ഇത് നിർവഹിക്കുന്നതെന്നു മാത്രം അവനു വ്യക്തമായില്ല.

ആര്യഗുരുവിനോട് ഇതേപ്പറ്റി ആരായാമെന്ന് ആദ്യം സാത്യകന് തോന്നി. എന്നാൽ ചിലതൊക്കെ തുറന്നു പറഞ്ഞുവെങ്കിലും ഗുരുവും ഇതിൽ പങ്കാളിയാണോ എന്ന് ആശങ്കപ്പെട്ടതിനാൽ ആ ഉദ്യമം അവൻ പാടേ ഉപേക്ഷിച്ചു.

എന്തുചെയ്യണമെന്നറിയാതെ നിസ്സഹായനായി ശൂന്യതയിലേക്ക് നോക്കിനിന്ന അവന് പെട്ടെന്ന് ഒരു ഉൾവിളിയുണ്ടായി - സർവ്വവ്യാപിയായ ഒരു അദൃശ്യസാന്നിധ്യമാണ് ഇതെല്ലാം നിർവഹിക്കുന്നത് എന്ന്...

അത് ആവർത്തിച്ച് ഉറപ്പിച്ചപ്പോൾ ഏതാണ് ആരാണ് എവിടെയാണ് എന്നറിയാതെ അനന്തതയിലേക്കുനോക്കി അവൻ ആ സാന്നിദ്ധ്യത്തെ വണങ്ങി.

ഉടൻതന്നെ സാത്യകനെപ്പോലും ഞെട്ടിച്ചുകൊണ്ട്, മറുപടിയായി അത്യപൂർവ്വമായ ഒരു ശബ്ദഘോഷം രൂപാകൃതിയിൽ പ്രത്യക്ഷപ്പെടുന്നതായി അവന് അനുഭവപ്പെട്ടു.

''ഞാൻ അശരീരി...''

ആ ശബ്ദഘോഷം വാക്കുകളുതിർത്തപ്പോൾ സാത്യകൻ അശരീരിയുടെ രൂപം സങ്കല്പിക്കാൻ ശ്രമിച്ചു. പക്ഷേ അതിനെയെല്ലാം

പരാജയപ്പെടുത്തി അവന്റെ കാതുകളിൽ വന്നുവീണത് ആധികാരിക സ്വരത്തിലുള്ള വാക്കുകളായിരുന്നു:

“പ്രയോജനരഹിതമായ പ്രയത്നമാണെന്നറിഞ്ഞിട്ടും മേഘരൂപാ എന്തിനായിരുന്നു നിന്റേയും നിന്റെ മനുഷ്യരുടേയും ആയാസപൂർണ്ണമായ കഠിനാദ്ധ്വാനങ്ങൾ? ദുഃഖങ്ങളും ദുരിതങ്ങളും ദൂരീകരിക്കാനാണെങ്കിൽ അവ എന്താണെന്നറിഞ്ഞിട്ടു പോരായിരുന്നുന്നോ ഈ കഠിനപ്രയത്നം?”

ഒന്നുനിർത്തി പൂർവ്വാധികം ദൃഢതയോടെ അതു തുടർന്നു:

“ദുഃഖം എന്നത് സത്യമാണ്. ദുരിതം മറ്റൊരു സത്യവും. ദുഃഖം അകാരണമല്ല. അതിനൊരു കാരണമുണ്ട്. അത് തൃഷ്ണയാണ്. തൃഷ്ണയെ പ്രതിരോധിക്കുന്നതിലൂടെ ദുഃഖത്തെ അകറ്റാം. ദുരിതം സ്വയസൃഷ്ടിയാണ്. സ്വാസ്ഥ്യം കെടുത്തുന്ന ഹേതുക്കളിലേക്ക് കടക്കാതിരുന്നാൽ അതിനെയും നിയന്ത്രിക്കാം. അപ്പോൾ ദുഃഖദുരിതങ്ങളിൽനിന്നുള്ള മോചനമായില്ലേ?”

ഇങ്ങനൊരു പരിഹാരമുണ്ടായിട്ടും നിങ്ങൾ എന്താണ് ചെയ്തത്? നിങ്ങളുടെ പാഴ്ശ്രമങ്ങൾക്ക് എന്തെങ്കിലും ന്യായീകരണമുണ്ടോ- എന്നാരാഞ്ഞുകൊണ്ടായിരുന്നു തുടർചോദ്യങ്ങൾ:

“ഭൂമിയിലെ കുന്നിന് ആകാശത്തോളം പൊക്കം കൂട്ടി മേഘങ്ങൾക്കിടയിലൂടെ പാലം നിർമ്മിക്കാമെന്നും അതിലൂടെ കടന്ന് ഉടലോടെ സ്വർഗപ്രവേശം പ്രാപ്യമാക്കാമെന്നും വിശ്വസിച്ചതിനും അതിനുവേണ്ടി കഠിനയാതനകളനുഭവിച്ചതിനും യുക്തിഭദ്രമായ ന്യായങ്ങളുണ്ടോ? അതുപോലെ താഴ്വാരമാകെ നിങ്ങൾ കിണർ കുത്തിയത് പശിമയുള്ള മണ്ണിനുവേണ്ടിയായിരുന്നോ അതോ വെള്ളം കിട്ടാനായിരുന്നോ? വെള്ളം കാണുംവരെ കിണർ കുത്താൻ ശാസനയുണ്ടായിരുന്നെങ്കിലും അതിലൊന്നിലും വെള്ളം കിട്ടാതിരുന്നിട്ടും അത് എന്തുകൊണ്ടാണെന്ന് നിങ്ങൾ ചിന്തിച്ചോ? ഒരിക്കലും വെള്ളം കിട്ടില്ല എന്നറിയാതെയായിരുന്നോ നിങ്ങളുടെ വ്യഥാശ്രമം?”

അത്രയും പറഞ്ഞശേഷം ശബ്ദഘോഷത്തിന്റെ സ്വരം അനുതാപത്തിന്റേതായി:

“നിങ്ങളെക്കൊണ്ട് ഈ വ്യഥാശ്രമം ചെയ്യിച്ചവർക്ക് കാര്യം അറിയാമായിരുന്നു, സമൃദ്ധമായി ജലമുള്ളത് താഴ്വാരത്തിൽ നിങ്ങൾ കുഴിച്ച കിണറുകളിലല്ല, കാവിക്കുന്നിനു മുകളിലെ ആരും കാണാത്ത ജലാശയത്തിൽ മാത്രമാണെന്ന്. അവിടെനിന്നുള്ള കുഴൽവെള്ളമല്ലേ, നിങ്ങളുടെ ദാഹം ശമിപ്പിക്കുന്നത്. അതൊന്നുമറിയാതെയായിരുന്നു നിങ്ങളുടെ പാഴ്ശ്രമങ്ങളത്രയും. ഈ സത്യം മനസ്സിലാക്കാൻ ശ്രമിച്ചിരുന്നെങ്കിൽ കിണർ കുഴിക്കാനോ മണ്ണുചുമക്കാനോ ആത്മാഹുതി ചെയ്യാനോ നിങ്ങൾ മുതിരുമായിരുന്നോ?”

അനുസരിക്കാൻ പ്രേരിപ്പിക്കുന്ന ഉപദേശമായിരുന്നു തുടർന്നുള്ള വാക്കുകൾ:

''മൃത്യുവിനെ തരണംചെയ്ത് വിദ്യയിലൂടെ അമരത്വം പ്രാപിക്കാൻ ശ്രമിക്കുക. അത് പരാജയപ്പെട്ടാൽ മാത്രമല്ലേ ജീവൻ വെടിയാൻ തീരുമാനിക്കേണ്ടതുള്ളൂ.''

ഒന്നു നിർത്തി വീണ്ടും തുടർന്നു:

''ആരെന്നറിയാത്ത ആരുടെയൊ നിർദ്ദേശപ്രകാരം അഗ്നിശാലയൊരുക്കുക. ആത്മാഹുതിക്ക് തയ്യാറാവുക. മറ്റൊരു സ്വാർത്ഥോപദേശം കേട്ട് വീണ്ടും വെള്ളംകിട്ടാത്ത കിണർ കുത്താനും മണ്ണു ചുമക്കാനും പോവുക. ഈവിധ ചെയ്തികളിൽ നിങ്ങൾക്ക് ലജ്ജ തോന്നുന്നില്ലേ?''

കാർക്കശ്യത്തിന്റെ സ്വരത്തിലായിരുന്നു പിന്നീടുള്ള വാക്കുകൾ:

''കാവിക്കുന്നിലെ മനുഷ്യരെ ഇങ്ങനെ കബളിപ്പിക്കുന്നത് ന്യായമാണോ. അവർ ഇങ്ങനെ സ്വയം കബളിപ്പിക്കപ്പെടുന്നതിന് നീതീകരണമുണ്ടോ?''

അശരീരിയുടെ വിമർശനം താൻ മാത്രമല്ല, ഒപ്പമുള്ള ആര്യഗുരുവും അകലേക്കുപോയ ആത്മനാഥനും കാവിക്കുന്നുകാരൊക്കെയും കേൾക്കുന്നതായി സാത്യകന് മനസ്സിലായി.

അശരീരി മുഴങ്ങാൻ തുടങ്ങിയപ്പോൾത്തന്നെ അപ്രതീക്ഷിതമായി ആ ശബ്ദരൂപത്തിൽനിന്ന് ഒരു ഈറൻകാറ്റുത്ഭവിച്ച് ഈ വാക്കുകളെ കാവിക്കുന്നിലെ ഓരോ മനുഷ്യരുടേയും കാതുകളിലേക്ക് ഊതിക്കയറ്റുകയായിരുന്നു. അതിന്റെ പ്രത്യാഘാതവും ഉടൻ തന്നെ പ്രകടിതമായി – കാവിക്കുന്നുകാരാകെ മേഘരൂപന്റെ നേതൃത്വത്തിൽ ഉദ്യാനത്തിലേക്ക് മടങ്ങിവന്ന് സാത്യകനരികെ നിലയുറപ്പിച്ചു.

ബന്ധനസ്ഥനായിട്ടുകൂടി ആര്യഗുരു അക്ഷോഭ്യനായി എല്ലാം നോക്കിക്കണ്ടു. എന്നാൽ എന്താണ് ചുറ്റും സംഭവിക്കുന്നത് എന്നതുപോലുമറിയാതെ ഗായത്രി അപ്പോഴൊക്കെയും ആത്മനാഥനിലേക്ക് പ്രവേശിക്കാൻ വെമ്പുകയായിരുന്നു.

മുപ്പത്തിയഞ്ച്

അശരീരി നേർവഴി തെളിക്കുന്നതായി കാവിക്കുന്നുകാർക്ക് തോന്നി. അവരുടെ കണ്ണുകളും കാതുകളും പ്രജ്ഞയും ആ അദൃശ്യ ശക്തിയെ കാണാൻ വെമ്പി. ദർശനമുണ്ടായില്ലെങ്കിലും നാദോത്ഭവ ബിന്ദുവിന്റെ സ്ഥാനം എവിടെയെന്ന് സങ്കല്പിച്ച് അവിടേക്ക് ശ്രദ്ധ യൂന്നി നിന്നവരുടെ കാതുകളിൽ അമൃതവാണിയായി അശരീരി നിറയാൻ തുടങ്ങി:

"മനുഷ്യരെ, നിങ്ങൾ നിങ്ങളാവുക. നിങ്ങൾ നിങ്ങളുടേതാവുക. നിങ്ങളിൽനിന്ന് നിങ്ങളിലേക്കുള്ള അകലം ഉപേക്ഷിക്കുക."

നേരിയ വിരാമത്തിനുശേഷം അമൃതവാണി വീണ്ടും ഒഴുകി വീണു:

"മണ്ണിനെ നിങ്ങൾ തിരിച്ചറിയുക. അവ ഉയരം കൂട്ടാനുള്ളതല്ല; വിത്തുമുളപ്പിക്കാനുള്ളതാണ്. വിള പാകമാകാനുള്ളതാണ്. നിങ്ങ ളുടെ പാദം പതിയാനുള്ളതാണ്. നിങ്ങൾക്ക് ഉറച്ചുനിൽക്കാനുള്ള താണ്."

ദിവ്യവാണി ശ്രവിച്ച ജനങ്ങളിൽനിന്ന് ആഹ്ലാദസൂചകങ്ങളു യർന്നപ്പോൾ മേഘരൂപനും സാത്യകനും ഏതോ ഒരു സ്ഥാനം സങ്കല്പിച്ച് വീണ്ടും കാതുകൂർപ്പിച്ചു. ഗായത്രിയാകട്ടെ, ഒന്നും കേട്ടില്ല. ഏതോ ഒരുൾപ്രേരണയാൽ ആത്മനാഥനിൽനിന്നും വേർ പ്പെട്ടുവന്ന അവൾ മേഘരൂപനും സാത്യകനുമിടയിലേക്ക് സ്വന്തം ശരീരത്തെ ഒളിപ്പിക്കാനുള്ള വ്യഗ്രതയിലാണ്ടു മുങ്ങി. അപ്പോഴൊ ക്കെയും ഏതോ ഒരു അദൃശ്യബിന്ദുവിൽനിന്ന് അമൃതവാണി ഒഴുകി ക്കൊണ്ടേയിരുന്നു. ഒരു ഘട്ടത്തിൽ അത് വീണ്ടും ഒരുപദേശം പോലെയായി:

"സൂര്യനോടു നിങ്ങൾക്ക് വിദ്വേഷം വേണ്ട. സൗരയൂഥത്തിലെ ഗ്രഹങ്ങളും ഉപഗ്രഹങ്ങളുമുൾപ്പെടെയുള്ള എല്ലാറ്റിനേയും ഒരുമിച്ചു നിർത്തുന്നത് സൂര്യന്റെ ഗുരുത്വാകർഷണബലമാണ്. അതുപോലെ

ഉയർന്ന താപനിലയിൽ സംഭവിക്കുന്ന അണുസംയോജനം വഴിയാണ് സൂര്യനിൽ ഊർജ്ജോല്പാദനം നടക്കുന്നത് എന്നു നിങ്ങൾ അറിയണം. ഈ ഊർജ്ജോല്പാദനമാണ് ഭൂമിയിൽ ജീവൻ നിലനിൽക്കാൻ കാരണം. അതിനാൽ സൂര്യനെ വണങ്ങുക.

ഇനി ഭൂമിയുടെ കാര്യം. ഭൂമി അമ്മയാണ്. കുത്തിക്കിഴിച്ചാലും മാറ് പിളർന്നാലും എല്ലാം മറന്ന് ചോദിക്കാതെതന്നെ നിങ്ങളുടെ ആവശ്യങ്ങളെല്ലാം മനസ്സിലാക്കി നിർവഹിച്ചുതരുന്ന സർവ്വംസഹയായ മാതാവ്.''

''നിങ്ങളുടെ ഉദ്യാനത്തിന്റെ വസ്തുതയും തിരിച്ചറിയണം'' എന്ന് ഓർമ്മിപ്പിച്ചുകൊണ്ടാണ് അക്കാര്യം പറഞ്ഞത്:

''പശിമയ്ക്കടിയിൽ ചെടികളെന്നല്ല പുല്ലുപോലും മുളക്കില്ല. നിങ്ങളുടെ ഉദ്യാനത്തിൽ പശിമ മാത്രമായതിനാലാണ് ചെടികൾ വളരാത്തത്, പൂക്കൾ വിരിയാത്തത്. അതിനാൽ പശിമ നീക്കി മണ്ണു നിരത്തി വിത്തുകൾ പാകുക, ചെടികൾ നടുക. നിങ്ങളുടെ കുഞ്ഞുങ്ങൾക്കായി അവിടെ പൂക്കൾ വിരിയട്ടെ.''

വാക്കുകളുടെ പ്രവാഹത്തിന് ഒരിടവേളയുണ്ടായപ്പോൾ മേഘരൂപനും സാത്യകനും ഒരു പ്രാർത്ഥനാമന്ത്രം ഉറക്കെ ഉരുക്കഴിച്ചു:

''ആരുടെ ശബ്ദമാണോ ഞങ്ങൾ ഈ കേൾക്കുന്നത് ആ ശബ്ദത്തിനുടമയെ ഞങ്ങൾ, കാവിക്കുന്നിലെ മനുഷ്യർ വന്ദിക്കുന്നു.''

ജനം അതേറ്റുപറഞ്ഞു.

കാവിക്കുന്നെന്നുള്ള ആവർത്തനം കേട്ടപ്പോൾ മധുരശബ്ദത്തിൽ കർക്കശ്യത്തിന്റെ കയ്പുണ്ടായി:

''ഇത് കാവിക്കുന്നല്ല എന്ന് നിങ്ങൾ തിരിച്ചറിയുക. നിങ്ങളുടെ പൂർവ്വികർ കനകം വിളിയിച്ച മണ്ണാണിത്. ഒത്തുശ്രമിച്ചാൽ നിങ്ങൾക്കും ഇതിനെ അങ്ങനെ മാറ്റിയെടുക്കാം. കനകം വിളഞ്ഞ കുന്ന്... കനകത്തിന്റെ കുന്ന്...''

ജനങ്ങൾക്കിടയിൽ ആഹ്ലാദത്തിന്റെ അണപൊട്ടി:

''ഞങ്ങൾ അനുസരിക്കുന്നു.''

അവർ ഏകസ്വരത്തിൽ വിളിച്ചുപറഞ്ഞു.

ഉടനെ മറുപടിവന്നു:

''അനുസരണയല്ല വേണ്ടത് - അനുഷ്ഠാനം. അനുസരണമൂലമുണ്ടാകുന്ന അന്ധമായ അനുഷ്ഠാനമല്ല - ആത്മസമർപ്പണത്തോടെയുള്ള അനുഷ്ഠനം. ആത്മാനുഷ്ഠാനം.''

അങ്ങനെയാവാം എന്നു വിളിച്ചുപറഞ്ഞ ജനം ഒറ്റശ്വാസത്തിൽ പ്രാർത്ഥനപോലെ അവരുടെ ആവശ്യം ഒരിക്കൽക്കൂടി ഉന്നയിച്ചു:

''ഞങ്ങൾക്ക് നേർവഴി കാട്ടിയ ഈ ശബ്ദത്തിന്നുടമയെ നേരിൽ കാണാൻ അനുവദിച്ചാലും.''

അതിനു മറുപടി ഉടൻ വന്നു:

''നിങ്ങൾ തന്നെയല്ലേ ഞാൻ. അല്ലെങ്കിൽ ഞാൻ തന്നെയല്ലേ നിങ്ങൾ... നിങ്ങൾ സ്വയം കാണുക... അപ്പോൾ എന്നെ കാണാം.''

ജനങ്ങൾക്ക് ഒന്നും മനസ്സിലായില്ല. അവർ വല്ലാത്ത ദുരൂഹതയിലായി.

ഒടുവിൽ മേഘരൂപന്റേയും സാത്യകന്റേയും ഉത്സാഹത്തിൽ ജനം വീണ്ടും ഇക്കാര്യത്തിൽ വിശദീകരണം ആവശ്യപ്പെട്ട് നിർബന്ധിച്ചപ്പോൾ വന്ന മറുപടി അവരെ വിസ്മയഭരിതരാക്കി:

''നിങ്ങളുടെ ഉള്ളിലല്ലേ ഞാൻ. നിങ്ങൾക്കല്ലേ നിങ്ങളുടെ ഉള്ളു കാണാൻ പറ്റൂ. അതിനാൽ നിങ്ങളുടെ ഉള്ളിലുള്ള നിങ്ങളുടെ രൂപം സ്വയം കാണാൻ ശ്രമിക്കുക... അതാണ് ഞാൻ.''

ആ വാക്കുകളുടെ പൊരുൾ തെളിഞ്ഞപ്പോൾ കാവിക്കുന്നിൽ അന്നുവരെ വീശിയിട്ടില്ലാത്ത സുഗന്ധവാഹിയായ ഒരിളംതെന്നൽ എങ്ങുനിന്നോ വന്ന് എല്ലാവരേയും തൊട്ടുഴിഞ്ഞു. ക്രമേണ അത് അവിടമാകെ കുളിരും സുഗന്ധവും പ്രസരിപ്പിച്ചു. ഉള്ളിലൂറിയ ആത്മനിശ്വാസസഞ്ചയമാണ് അതെന്ന് തിരിച്ചറിഞ്ഞ ജനം ആ കാറ്റിന്റെ ചിറകിൽ അപ്രതീക്ഷിതമായി അശരീരിയുടെ ശരീരം തെളിയുന്നത് അത്ഭുതാദരങ്ങളോടെ കണ്ടു.

അപ്പോൾ സൂര്യൻ ജ്വലനതീവ്രത നന്നേ കുറച്ചു. വസുന്ധര, അതുവരെ കെട്ടിവച്ചിരുന്ന കേശഭാരം അലസമയി അഴിച്ചുകുടഞ്ഞു: വസന്തം, ഹേമന്തം, ശിശിരം അങ്ങനെ ഋതുപുഷ്പങ്ങൾ അവളുടെ മുടിയിഴകളിൽനിന്നു പൊഴിയുകയായി.

■

www.ingramcontent.com/pod-product-compliance
Lightning Source LLC
LaVergne TN
LVHW060413051026
849518LV00007B/2521